திறக்காத ஜன்னல்கள்

முதற்பதிப்பு: 2023

First Edition: 2023

Thirakkatha Jannalgal

திறக்காத ஜன்னல்கள்

Vaasanthi

வாஸந்தி

ISBN: 978-93-5695-087-0

Pustaka
EBooks | Audiobooks | Paperback

Pustaka Digital Media Pvt. Ltd.
#7-002, Mantri Residency,
Bannerghatta Main Road, Bengaluru - 560 076
Karnataka, India

+91 7418555884

திறக்காத ஜன்னல்கள்

வாஸந்தி

Pustaka
EBooks | Audiobooks | Paperback

1

சரோஜினி அண்ணார்ந்து பார்த்தாள், வானம் இன்னும் வெளிர் நீலமாகத்தான் இருந்தது. கடிகார முள்ளின்படி இன்னும் பதினைந்து இருபது நிமிஷங்களில் இருள் போர்வை விரிக்க ஆரம்பித்துவிடும், சற்றுநேரத்தில் இந்தச் சாய்வு நாற்காலியை உள்ளே எடுத்துச் செல்லாவிட்டால் பட்சிகளின் எச்சம் மேலே விழும்.

பட்சிகளின் ஆரவாரம் ஆரம்பித்துவிட்டது. வானத்தில் இன்னும் வெளுப்பிருக்கிறதே என்று மயங்காமல் கடிகாரத்தைப் பார்த்து நேரத்தை உணர்ந்ததுபோலக் கூட்டம் கூட்டமாகப் பறவைகள் பறக்க ஆரம்பித்துவிட்டன. பச்சையும் வெள்ளையும் கருப்புமாய் ஒன்றோடு ஒன்று கலக்காமல், நிறம் பிரியாமல் கோடு விலகாமல்.

சரோஜினி சுவாரஸ்யத்துடன் மேலே பார்த்தாள், இந்தப் பறவைகளுக்கும் தனக்கும் ஏதோ சம்பந்தம் இருப்பதுபோல பிரமையேற்பட்டது. எத்தனை வருஷங்களாக இந்தப் பட்சிகளைக் கவனித்து வந்திருக்கிறாள்! பொழுதுபோகாத மாலைவேளைகளில் இதுதான் அவளது பொழுதுபோக்கு!

இன்றைக்கு மனசு நிர்மலமாக இருந்தது. அண்ணார்ந்து பார்க்கும்போது அதரங்களில் சுபாவமான பரவசத்தில் புன்னகை மலர்ந்திருந்தது.

எத்தனை வேடிக்கையான மனநிலை இது! அதுவும் இன்றைக்கு என்று மனசு லேசாகத் திடுக்கிட்டது. இருந்தும் இன்றைய செய்திக்காக, மனசு வருந்தவில்லை துக்கமேதும் ஏற்படவில்லை. மாறாக, ஏதோ சாதனை புரிந்தாற்போல மனசு எக்காளமிட்டது. எதிலோ வெற்றியடைந்தாற்போல் சந்தோஷப்பட்டது.

அவள் மீண்டும் ஆகாசத்தைப் பார்த்தாள். அவளுக்குச் சிரிப்பு வந்தது. 'இந்த எனது உணர்வுகள் எல்லாம் எனது அந்தரங்கங்கள், எனக்கு மட்டுமே தெரிய வேண்டியவை.

மனத்தின் ஜன்னலை யாருக்கும் திறக்க முடியாது. அது திறக்காது.

திறக்க வேண்டிய அவசியமுமில்லை.'

"அம்மா, இருட்டிடுச்சிங்க! வராந்தாவிலே வந்து உட்கார்ந்துக்கிறீங்களா?"

முருகையனின் குரல் கேட்டு சரோஜினி சுயநினைவுக்கு வந்தாள்.

'அட, இருட்டிப் போனதை எப்படி கவனிக்காமப் போனேன்?'

அவள் புன்னகையுடன் எழுந்து தோட்டத்துப் புல் தரையைக் கடந்து வராந்தாவுக்கு வந்து மறுபடியும் ஒரு சாய்வு நாற்காலியில் அமர்ந்தாள்.

இப்பொழுதெல்லாம் எல்லாவற்றிற்ம் சிரிப்பு வந்தது, ஞானிகளுக்கு வருகிற மாதிரி.

'நான் ஞானியா?'

'ஆமாம் என்றேனானால் அதை உலகம் ஆமோதிக்கும். என்னை தெய்வம் என்று முன்பு சொல்லவில்லை.'

அவளுக்கு மீண்டும் சிரிப்பு வந்தது.

"அம்மா!"

முருகையன் எதிரில் நின்றிருந்தான். "அம்மாவும் ஐயாவும் அருணாவும் வரதுக்கு நேராமாகும்னு தோணுதுங்க. வந்தாலும் சாப்பிடறாங்களோ என்னவோ, மனசு சரியில்லேன்னு படுக்கப் போனாலும் போயிடுவாங்க, நீங்க உங்க பலகாரத்தை முடிச்சிடுங்களேன்!"

"என்ன செஞ்சிருக்கே இன்னிக்கு?"

"இட்டிலி சட்டினி தாங்க."

"சரி வரேன்."

அவள் எழுந்தாள். நடை இன்னும் தளரவில்லை. பார்வை கூர்மையாகவே இருந்தது. சின்ன வயசில் யௌவனத்தில், செக்கு

மாடாக உழைத்ததில் உடம்பில் ஏறியிருந்த உரத்தில், இந்த எழுபத்து ஐந்து வயதிலும் வைத்தியருக்கு வாரி இறைக்காமல் இருக்க முடிந்தது.

செக்குமாடு.

முருகையன் மிருதுவான இரண்டு இட்லிகளை வெள்ளித் தட்டில் சட்டினியுடன் கொண்டுவந்து வைத்தான். தயிரையும் கொண்டு வைத்து "சாப்பிடுங்க" என்று உபசரித்தான்.

'அன்று செக்குமாடாக இருந்ததற்காக இன்றுவரை மரியாதை.'

அவள் தனக்குள் சிரித்துக் கொண்டாள். 'இந்தச் செக்குமாடும் திமிறிற்று என்று யாருக்கும் தெரியாது.

அதுவும் எப்படி?

யாருக்கும் தெரியாது. அது என்னுடைய அந்தரங்கம்.'

அவள் சாப்பிட்டுவிட்டு வரவேற்பறை சோபாவில் வந்து அமர்ந்தாள். ஒன்பது மணி ஆகிவிட்டது.

இன்னும் கார்த்திகேயனும் அவன் மனைவி நளினியும் பேத்தி அருணாவும் வீடு திரும்பவில்லை.

டி.வியில் ஒரு ஹிந்தித் தொடர் நாடகம் ஒளிபரப்பிக் கொண்டிருந்தார்கள். பாஷை எதுவும் புரியாவிட்டாலும் நடிக, நடிகையரின் முகங்கள் அழகாக இருந்தன. பார்க்கலாம் போல் தோன்றிற்று. தரையில் உட்கார்ந்து பார்த்துக் கொண்டிருந்த முருகையன் சரேலென்று எழுந்தான்.

"வந்துட்டாங்க" என்றான்.

"டிவியை அணைச்சுடட்டுங்களா?" என்றான்.

"அணைச்சுடு" என்றாள் சரோஜினி, அவனுடைய சமயோசிதத்தை நினைத்து வியந்து.

அவன் வாசலுக்கு விரைந்து கதவைத் திறந்ததும் மௌனமாக மூவரும் நுழைந்தார்கள். கார்த்திகேயன் முகத்தில் ஒரு இறுக்கம் தெரிந்தது. நளினியின் முகத்தில் சோகம் கப்பியிருந்தது.

அடுத்த நிமிஷம் அழுகையில் வெடித்துவிடுவாள் போல் தோன்றிற்று. அருணா மட்டும் எதுவுமே நடக்காதது போல லேசான புன்னகையுடன் சரோஜினியின் அருகில் வந்து, அவள் தோள்மேல் கை வைத்தாள்.

"எல்லாம் முடிஞ்சு போச்சி பாட்டி, கேஸை ஜெயிச்சுட்டேன். இனிமே நான் சுதந்திர மனுஷி!"

சரோஜினி, கார்த்திகேயன் நளினியின் பக்கம் திரும்பாமல் மௌனமாக அருணாவின் கையை வருடினாள். அருணாவின் அதரங்கள் புன்னகைத்தாலும் கண்ணில் ஒரு அடிபட்ட பார்வை தெரிந்தது.

'தன்னாலே சமாளிச்சுக்குவா' என்று சரோஜினி தனக்குள் சொல்லிக்கொண்டு "என் பேத்தி" என்று சிரித்துக் கொண்டாள்.

அருணாவை வாத்சல்யத்துடன் பார்த்து, "போய் சாப்பிடு. முகம் வாடியிருக்கு" என்றாள்.

"முகத்தோட வாட்டம் பசியினாலே இல்லே" என்றாள் நளினி சலிப்புடன்.

"யார் சொன்னது? எனக்குப் பசிதான்! முருகையா என்ன இருக்கோ அதையெல்லாம் கொண்டா" என்றபடி அருணா சாப்பாட்டு மேஜைக்குச் சென்றாள்.

முருகையன் வாயே திறக்காமல் அவசரமாக மேஜையில் பதார்த்தங்களை வைத்தான்.

"பெரியம்மா சாப்பிட்டாச்சு!" என்றான்.

"அம்மா, சாப்பிட வரல்லியா நீங்க ரெண்டு பேரும்?" என்றாள் அருணா சற்று பலத்த குரலில்.

கார்த்திகேயன் ஏதோ பத்திரிகையைப் பிரித்தபடி "எனக்குப் பசிக்கல்லே" என்றார்.

"எனக்கும் பசிக்கல்லே" என்று நளினி சரேலென்று எழுந்து மாடிப்படியை நோக்கி நடக்க முற்பட்டாள்.

அருணா தீர்க்கமாக நளினி செல்வதைப் பார்த்துவிட்டுக் கார்த்திகேயனின் எதிரில் விறுவிறுவென்று வந்து நின்றாள்.

"அப்பா, இதுக்கு என்ன அர்த்தம்?"

"எதுக்கும்மா?"

"வீட்டிலே ஏதோ சாவு நடந்து போனாப்பல ரெண்டு பேரும் முகத்தை வெச்சுக்கிட்டு இப்பப் பசியில்லேங்கறதுக்கு என்ன அர்த்தம்?"

"ஒரு விபரீத அர்த்தமுமில்லே அருணா!" என்றார் கார்த்திகேயன் தணிந்த குரலில். "எங்க மனசு இன்னிக்குப் பிரத்யேகமாக சந்தோஷ நிலையிலே இருக்கும்னு நீ நினைக்கிறியா?"

"ஏன் இருக்கக் கூடாது? என் கேஸ் ஜெயிக்காம, எனக்கு விவாகரத்து கிடைக்காமப் போயிருந்தாத்தான் நீங்க வருத்தப்படணும்!"

கார்த்திகேயன் தலையைக் குனிந்து கொண்டார்.

"அது உண்மைதாம்மா, ஆனா உனக்கு நல்ல வாழ்க்கை அமையணும்னு நாங்க ஆசைப்பட்டு செஞ்சு வெச்ச கல்யாணம் முறிஞ்சு போச்சுங்கறது எங்களுக்கு வருத்தமாயிருக்காதா?"

அருணா சிரித்தாள்.

"நல்லாயிருக்கே நீங்க சொல்றது! இந்த சம்பந்தம் முறிஞ்சாத்தான் எனக்கு விடிவுகாலம்னு ஒரு வருஷமா உங்களுக்கு தெரியும். அதுக்கு முயற்சியும் பண்ணீங்க, என் பக்கம் தீர்ப்பு கிடைச்சதும் உங்களுக்கு நிம்மதி கிடைக்கல்லேங்கிறீங்க. எத்தனைப் பெரிய வேஷதாரிகள் நீங்க ரெண்டு பேரும்!"

கார்த்திகேயன் மறுபடி பேப்பருக்குள் முகத்தைத் தாழ்த்திக் கொண்டார்.

"நீ என்னவேணா நினைச்சுக்க" என்றார் மெல்லிய குரலில். "எதிலேயோ தோத்துப்போன மாதிரிதான் எனக்கிருக்கு. ஒரு

ஒப்பந்தம் தோல்வி அடைஞ்சுதுன்னு பகிரங்கமா ஒப்புத்துக்கிட்ட மாதிரி."

"ஏன்னா, நீங்க ஒரு வேஷதாரி!" அருணாவின் குரல் உயர்ந்தது.

"விவாகரத்துன்னா குடும்ப கௌரவம் போயிடுச்சுன்னு நினைக்கிறீங்க. ஏதோ தலைக்குனிவுன்னு நினைக்கிறீங்க. அந்தப் போக்கிரி செஞ்ச அக்கிரமத்தையெல்லாம் நா வாயை மூடிக்கிட்டுத் தாங்கிக்கிட்டிருந்தேன்னா உங்களுக்கு சௌகர்யமா இருந்திருக்கும்! வெளிஉலகத்துக்கு நம்ம வீட்டுப் பொத்தல்கள் தெரியக்கூடாதுன்னு நா ஒரு ஆத்ம கொலைக்கு உட்பட்டிருந்தேன்னா நீங்க தலை நிமிர்ந்து நடந்திருப்பீங்க, எதுவுமே கோளாறில்லே இங்கேன்னு."

"ஓ கமான் அருணா!" என்றபடி கார்த்திகேயன் எழுந்தார். அவளை லேசாக அணைத்தபடி "நீ சொல்றது ஒண்ணுகூட நியாயமில்லே!" என்றார். "இந்த விவாகரத்துக்கு நாதான் முனைப்பா இருந்தேன்னு உனக்குத் தெரியும்!"

"நா பிடிவாதமா இருந்ததாலே உங்களுக்கு வேற வழியில்லாமப் போச்சு. இப்ப நீங்களும் அம்மாவும் துக்கப்படறதுக்குக் காரணம் குடும்ப கௌரவம் போயிடுச்சேன்னு. ஆண் பிள்ளை என்ன அக்கிரமம் செஞ்சாலும் பெண்ஜாதி வாயை மூடிக்கிட்டு இருக்கிற பரம்பரை உங்களுடையது. நானும் பாட்டி மாதிரி இருந்திருந்தேன்னா உங்களுக்கு நல்லாயிருந்திருக்கும்!"

"அருணா!" என்றார் கார்த்திகேயன் பொறுமையிழந்து.

"பாட்டி வாயே திறக்காம இருந்தது எல்லோருக்கும் சௌகர்யம். பாட்டிக்குப் பட்டம் "தெய்வப் பிறவி!" உண்மையிலே வெறும் கல்லாத்தான் அவங்க வாழ்ந்தாங்கன்னு எத்தனை பேர் புரிஞ்சுக்கிட்டிருப்பாங்க?"

'இத்தனை போதும் இன்னைக்கு' என்ற நினைப்புடன் சரோஜினி எழுந்தாள். "நா என் ரூமுக்குப் போறேன்" என்று

பொதுவாக முணுமுணுத்தபடி சாப்பாட்டுக் கூடத்துப் பக்கத்தில் கீழ்நிலையிலேயே இருந்த தன் அறைக்குச் சென்றாள்.

“உன்னை யார் பாட்டியுடைய விஷயத்தையெல்லாம் இப்ப இழுக்கச் சொன்னது?” என்று கார்த்திகேயன் அதட்டிக் கொண்டிருந்தார்.

“இழுக்காம என்ன செய்யட்டும்? பாட்டியுடைய உதாரணம்தான் உங்களுடைய எண்ணத்தை ஆட்டி வைக்குது!”

“நான்சென்ஸ், நான் இப்ப உன்னோடு சாப்பிட்டா உனக்கு சமாதானம்னு அர்த்தமா?”

“ஓரளவுக்கு!”

“சரி ரைட்டோ! சாப்பிடலாம் வா!”

சரோஜினி சிரித்தபடி தன் கட்டிலுக்குச் சென்று படுத்தாள்.

பாட்டியுடைய உதாரணம்.

அவளுக்கு மீண்டும் சிரிப்பு வந்தது. தூக்கம் வராமல் ஜன்னல் வழியே தெரிந்த நட்சத்திரங்களைக் கண்கொட்டாமல் பார்த்துக் கொண்டிருக்கையில் அருணா எதிரில் வந்து நின்றாள்.

சரோஜினி கையை நீட்டிப் புன்னகையுடன், “வா!” என்றாள்.

அருணா அவளது கரங்களைப் பற்றியபடி தயக்கத்துடன் கேட்டாள்.

“நடந்து போனதைப் பற்றி உங்களுக்கு வருத்தமா இருக்கா பாட்டி?”

“இல்லே கண்ணு!” என்றாள் சரோஜினி. “என்னாலே செய்ய முடியாததை நீ செஞ்சது எனக்கு ரொம்ப சந்தோஷமா இருக்கு.”

அருணா முகமலர்ந்து குனிந்து சரோஜினியின் கன்னத்தில் முத்தமிட்டாள்.

“நீங்கதான் என்னைப் புரிஞ்சுப்பீங்கன்னு எனக்குத் தெரியும். அம்மாவுக்கு உலகத்தைப் பத்தி கவலை!”

“ஆ. உலகம்! அது முட்டாள் உலகம்னா! அதைக் கண்டுக்காம இருக்க ஒரு சாமர்த்தியம் வேணும் கண்ணு!”

அருணா சிரித்தாள்.

“அந்த சாமர்த்தியத்தைப் பத்தி இப்பத்தான் உங்களுக்குத் தெரியுது, பேத்தி இப்படி நிக்கையிலே!”

சரோஜினி பதில் சொல்லவில்லை. இதைப் பற்றிய விவாதம் அவசியமில்லை என்று தோன்றிற்று.

——

2

ஆதரவற்ற சிறுமியைப் பார்க்கும் வாத்சல்யம் அருணாவின் பார்வையில் தெரிந்தது.

"ஓ எனக்காக இந்தக் குழந்தை பரிதாபப்படுது" என்று நினைத்து சரோஜினிக்குக் கூச்சமேற்பட்டது.

"ஒரு நாளைக்கு உங்க கதையை எனக்கு ஆதியோடு அந்தமாச் சொல்லணும் பாட்டி."

சரோஜினி சிரித்தாள்.

"என் கதையிலே என்ன சுவாரஸ்யமிருக்கு? நீ சொன்ன மாதிரி மத்தவங்களுக்குத் தொந்தரவு அளிக்காத, வாய் பேசாத வாழ்க்கையிலே என்ன கதை இருக்கும்?"

அருணா சரோஜினியின் தோளைப் பிரியத்துடன் அழுத்தினாள்.

"மத்தவங்களுக்குப் புலப்படாத கதை நிச்சயமா இருந்திருக்கும். அந்தக் கதையை நீங்க உள்ளே புதைச்சு வெச்சிருப்பீங்க."

சரோஜினி திடுக்கிட்டாள். பிறகு தன்னைச் சமாளித்துக்கொண்டு சிரித்தாள்.

"சும்மா என்னை வம்புக்கிழுக்காதே. நான் படிப்பு, எழுத்தறிவில்லாதவ. எதைப் பத்தியும் தீர்க்கமா யோசிக்கப் பழக்கமில்லாதவ. பெரியவங்க இப்படி நடந்துக்கணும்னு சொல்லுவாங்க. அதன்படி நடந்தேன். இதைத் தவிர என்ன இருக்கு என் கதையிலே?"

அருணா சற்றுநேரம் பேசாமல் இருந்தாள். பிறகு மெல்லிய குரலில் கேட்டாள்.

"ஒரு விஷயம் சொல்லுங்க பாட்டி. நீங்க அதே நிலைமையிலே இப்ப என் வயசிலே இருந்திருந்தீங்கன்னா புருஷனை விவாகரத்து செய்திருப்பீங்களா?"

கேள்வி ஊசி முனையாய்க் குத்திற்று. மனத்தின் சாளரம் சற்றே திறந்து, சக்களத்திக்குப் புருஷனின் நிர்பந்தத்தினால் எண்ணை ஸ்நானம் செய்விக்கும் தலைகுனிந்த அவளது உருவத்தைக் காட்டிற்று.

சரோஜினியின் உடல் விறைத்தது.

“செய்திருப்பேன் கண்ணு” என்றாள் மெள்ள. “அதுதான் நேர்மையா இருந்திருக்கும்.”

அருணா குனிந்து மறுபடி முத்தமிட்டாள். “தாங்க் யூ பாட்டி, நீங்கதான் எனக்கு உண்மையான சிநேகிதி, அம்மாவுக்கு இந்த மாதிரி முற்போக்கு எண்ணம் இல்லே.”

“எல்லாத்துக்கும் சொந்த அனுபவம் தேவை அருணா!”

“ரைட்!”

அருணா சிரித்துக்கொண்டே எழுந்தாள்.

‘இருபத்தி அஞ்சு வயசுதான் இந்தப் பொண்ணுக்கு கொள்ளை அழகும் புத்திசாலித்தனமும், அதுதான் அந்தக் கடன்கார மாப்பிள்ளைக்குக் கொள்ளல்லே. சிரிச்சிக்கிட்டு இது இப்ப நின்னாலும் மனசுக்குள்ளே புண்ணாற கொஞ்சநாள் ஆகும் பாவம்.’

“பழசயெல்லாம் மறந்துடு கண்ணு!” என்றாள் மென்மையாக.

“இன்னியோடு மறந்தாச்சே!” என்று அருணா சிரித்தாள். அடுத்த மாசம் மேல்படிப்புக்கு அமெரிக்கா போறேன் பாட்டி. புதுசா வாழ்க்கையைத் துவங்கப் போறேன்!”

“அதுதான் சரி. உங்கம்மாவும் அப்பாவும் சமாதானமாயிடுவாங்க, கவலைப்படாதே. போய் படுத்துக்க இப்ப.”

அருணா நன்றியுடன் அவள் தோளைத் தட்டி, “குட் நைட் பாட்டி” என்று கதவை லேசாகச் சாத்திவிட்டு வெளியேறினாள்.

நாடி நரம்பையெல்லாம் யாரோ உலுக்கிவிட்டாற் போல இருந்தது சரோஜினிக்கு. தூக்கம் நன்றாகக் கலைந்துவிட்டது.

"புருஷனை விவாகரத்து செய்திருப்பீங்களா?"

நெற்றியும் உள்ளங்கையும் வியர்த்தன. ஜன்னல் வழியே தெரிந்த இருண்ட வானத்தை சரோஜினி வெறித்துப் பார்த்தாள்.

'நான் சொன்ன பதிலை நளினியும் கார்த்திகேயனும் கேட்டாங்கன்னா என்ன நினைப்பாங்க! அருணாவுடைய சமாதானத்துக்காகத்தான் அதைச் சொன்னேன்னு நினைப்பாங்க. அதுதான் உண்மைன்னு புரிஞ்சுப்பாங்களா? படிப்புங்கிறது எத்தனைப் பெரிய வித்தியாசத்தை ஏற்படுத்துது! என்னுடைய நடத்தைக்கெல்லாம் காரணம் அன்னிக்கு இருந்த சூழ்நிலை. அதுக்குத் தகுந்த மாதிரிதான் நா இருக்க வேண்டியிருந்தது. அது சரியோ தப்போ என் புத்திக்கு எட்டின விதத்திலே என் எதிர்ப்பைக் காண்பிச்சேன். ஆனா நான் காண்பிச்ச விஷயம் உலகத்துக்குத் தெரியாது...

இன்னிக்கு அதைப்பத்தி எனக்கு எந்தவித வருத்தமும் இல்லே, அவமானமும் இல்லே. மாறா சிரிப்புத்தான் வருது, இந்தப் பைத்தியக்கார உலகத்தை நினைச்சு...'

சரோஜினியின் பார்வை இன்னும் வானை நோக்கி இருந்தது.

மனத்தின் ஜன்னல் லேசாகத் திறந்தது... அவள் மூன்றாம் மனுஷியைப் போல் தன்னை, அறுபது வருஷங்களுக்கு முன் தாழம்பூ குருத்தாய் நின்ற சரோஜினியைப் பார்த்தாள்.

அது ஒரு பிரும்மாண்ட வீடு. நாலு கட்டுகொண்ட மாளிகை. கல்யாணமாகிப் பன்னிரண்டு வயசில் முதன்முதலாக அந்த வீட்டில் காலடி வைத்த போதுதான் அவள் முதல் கட்டைப் பார்த்தாள். மெத்தை வைத்த இருக்கைகளும் தங்கமுலாம் பூசிய கைப்பிடிகளும் கொண்ட ஆசனங்களும் சுவரில் தொங்கிய நிலைக்கண்ணாடிகளும் கொண்ட அந்த முகப்பறையை அன்று பார்த்ததோடு சரி.

"முதல் கட்டுக்குப் பெண்கள் போற வழக்கமில்லே" என்ற மாமியாரின் வாக்கை மீற அவள் முயன்றதில்லை. ஏனென்றால்

இதைவிடக் கடுமையான வேறு பல விதிகள் அந்த வீட்டில் இருந்தன.

எதையும் ஏன் இப்படி என்று கேட்க முடியாது. "ஏன்னா அதுதான் இந்த வீட்டு வழக்கம்!"

சரோஜினி கண்களை அகல விரித்து ஐம்பத்துஐந்து வருஷத் தொலைவைப் பார்த்தாள்.

அந்தப் பெண்ணிற்கு, சரோசிக்குப் பதினாறு வயசுதான் இருக்கும். ஆனால் அந்த வீட்டில் காலடி வைத்து நாலு வருஷங்கள் ஆகிவிட்டதில் முகத்தில் ஒரு முதிர்ச்சி தெரிந்தது. "சாட்சாத் லக்ஷ்மிதேவியாட்டம்" என்று மாமியார் சந்தோஷ மனநிலையில் இருக்கும் போது திருஷ்டி வழிக்கும் முகம், சுருண்ட தலைமுடியை விளக்கெண்ணெய் தடவி மாமியார் படியப் படிய வாரிவிடுவாள். "சுருள் சுருளா முடி வேசி முகத்திலேதான் தொங்கும்."

இன்னும் இருள் முழுவதும் பிரியவில்லை. கோழி கூவுவது புலன்களில் உறைத்ததும் சரோசி கண்ணை விழித்தாள். பட்டு மெத்தை விரித்த அந்த இரட்டைக் கட்டிலில் ஐம்புலிங்கத்தின் நெடிய உருவம் அயர்ந்த நித்திரையில் இருந்தது. மாமியாரும் அம்மாவும் சொல்லிக் கொடுத்த வழக்கப்படி சரோசி கண்விழித்ததும் திருமாங்கல்யத்தைக் கண்ணில் ஒற்றிக்கொண்டாள். எழுந்து, படுத்திருந்த புருஷனின் காலைத்தொட்டு வணங்கினாள். இரவில் கொண்டுவந்த பால் செம்பை ஏந்திக்கொண்டு சப்தம் செய்யாமல் அறையைவிட்டு வெளியேறிப் பின்கட்டிற்கு நடந்தாள். உடம்பெல்லாம் அணுஅணுவாய் வலித்தது. நேற்று இரவு அவள் உடம்பை துவம்சம் செய்துவிட்டான் ஐம்புலிங்கம். அது என்ன வெறி அது என்ன பலம் அவனுக்கு என்று அவளுக்குத் திகைப்பாக இருந்தது. படுக்கப்போவதை எவ்வளவு ஒத்திப்போட்டுச் சென்றாலும் மேலே பாய அவன் காத்திருப்பான். வேளைக்கு வேளை அவனுடைய அசுரபலம் ஏறுவது போலவும் அவளுடைய உடல் பலம் மனோபலம் இறங்குவது போலவும்

அவளுக்குத் தோன்றும். இரவு ஒரு மணிவரை அவன் செய்யும் அட்டகாசத்துக்குப் பரிந்து காலையில் கோழி கூவு முன் எழுந்திருக்க வேண்டும். எல்லாப் பெண்களுக்கும் இந்த அவஸ்தைதானா? அவளுக்குத் தெரியாது. ஒருமுறை பிறந்தகம் சென்றிருந்தபோது அம்மாவிடம் தயங்கிக்கொண்டு மெல்லச் சொன்னாள்.

"ராவேளையில் அவங்க என்னைப் பாடாப்படுத்திடறாங்க. எனக்கு முடியல்லே. உடம்பெல்லாம் நோகுது!"

அம்மா கலகலவென்று சிரித்தாள்.

"அடியாத்தே! உடம்பெல்லாம் நோகுதாமில்லே! புருஷன்னா அப்படித்தான் இருக்கணும். பேடிப் பயலாட்டம் இருக்கணும்ங்கறியா?"

அவளுக்குக் காரணம் புரியாமல் கண்களில் நீர் நிரம்பிற்று.

அம்மா அவள் கன்னத்தை வருடினாள்.

"அசட்டுப் பெண்ணே! உன்மேல ஆசையாயிருக்கார்டி, அதுக்காக சந்தோஷப்படுவியா...? உனக்கு உடம்பிலே சக்தியில்லே. உன் மாமியார்காரி பாலையும் தயிரையும் உன் கண்லேயே காண்பிக்கிறதில்லே போலிருக்கு."

"ஆ அதெல்லாம் இல்லே" என்றாள் சரோசி பதற்றத்துடன். "நல்லாதான் சாப்பாடு போடறாங்க."

அம்மா மாமியாரிடம் ஏதாவது ஏடாகூடமாகக் கேட்டு வைத்தால் பல மாதங்களுக்கு அந்த வீட்டில் தலை நிமிர முடியாது.

மாமியார் இன்னும் எழுந்திருக்கவில்லை. சரோசி கிணற்றடிக்குச் சென்று தலையில் நீரை கொண்டு மொண்டுவிட்டுக் கொண்டாள். ஈரப்புடவையை உடுத்தியபடி பூஜை அறைக்குச் சென்று அறையைப் பெருக்கி மெழுகிக் கோலமிட்டுவிட்டு வேறு உடை உடுத்திக்கொண்டு சமையலறைக்குச் சென்றாள்.

வீட்டில் நாத்தனார்களும் கொழுந்தனார்களும் மற்றவர்களுமாக இருபது பேர் இருந்தார்கள். அவர்கள் எழுந்திருப்பதற்குள் பணியாரம் ஆக்கி வைக்க வேண்டும். ஆக்கி வைத்ததை மாமியார் தன் கையால் எல்லோருக்கும் கொடுப்பாள். நிதானமாகத் துரையைப்போல் எழுந்து வரும் ஜம்புலிங்கத்திற்குப் பிரத்தியேகமாக மேஜையும் நாற்காலியும் சாப்பாட்டுக் கூடத்தில் இருந்தன. பிள்ளையின் அருகில் அமர்ந்து தன் கையால் பரிமாறினால்தான் மாமியாருக்குத் திருப்தி. அந்த சமயத்தில் அவள் அங்கு போய்விடக் கூடாது.

“இங்கே என்ன சதிராட்டம்? உள்ளே போய் வேலையைக் கவனி!” வேலைக்கு ஒன்றும் குறைவில்லை அந்த வீட்டில். பந்திபந்தியாகக் காலை ஆகாரமும் மதிய உணவும் முடிவதற்குள் மாலை நான்கு மணியாகிவிடும். பிறகு இரவுச் சமையலை முடித்து முற்றத்தில் வந்து காற்றாடச் சற்று உட்காருவதற்குள் உடம்பு விட்டுப் போகும். இத்தனை வேலைகளையும் பேச்சு அதிராமல், குரல் உயராமல், முகம் சிணுங்காமல்...

அது அவளுக்குப் பழக்கமாகிவிட்டது. சுபாவமாகவே ஆகிவிட்டது. செக்குமாட்டின் சுபாவமாக அன்று இரவு எல்லோரும் சாப்பிட்டுப் படுக்கச் சென்றாகிவிட்டது. ஜம்புலிங்கம் இன்னும் வரவில்லை. அவளுக்குப் பசித்தது. தூக்கம் கண்ணைச் சுழற்றிற்று. புருஷன் சாப்பிடுவதற்கு முன் அவள் சாப்பிட்டால் அந்த க்ஷணமே கூரை மேலே விழுந்துவிடும். அவள் குளிர்ந்த நீரைக் குடித்துவிட்டு அவர்களது படுக்கையறையை ஒட்டிய முற்றத்தில் அமர்ந்து காத்திருந்தாள். தூணில் சாய்ந்தபடி உறங்கிப்போன நிலையில், ஏதோ வண்டி வந்து நிற்கும் சத்தம் கேட்டு அவள் விழித்துக் கொண்டாள்.

முற்றத்தின் அருகிலேயே ஒரு குதிரை வண்டி நின்றது. அதிலிருந்து யாரோ ஒரு வாலிபன் குதித்து இறங்கினான். பிறகு உள்ளேயிருந்த ஜம்புலிங்கத்தைக் கைத்தாங்கலாகப் பிடித்து இறக்கிப் படுக்கையறைப் பக்கம் அழைத்து வந்தான்.

“என்ன அவங்களுக்கு?” என்றாள் அவள் பதைப்புடன்.

அவன் அவளை ஏறிட்டுப் பார்த்தான். “ஒண்ணுமில்லே, கொஞ்சம் அதிகமாக் குடிச்சுட்டான். காலையிலே தெளிஞ்சுடுவான்.”

அவள் முன்னால் சென்று ஜம்புலிங்கத்தைப் படுக்கையில் கிடத்த உதவினாள். அந்த வாலிபன் அவளை மறுபடி பார்த்து “கதவைப் போட்டுக்குங்க” என்று கூறிவிட்டுத் திரும்பிப் பாராமல் வெளியேறினான்.

இனம் புரியாத பீதியில் அவள் இரவு முழுவதும் அழுதாள். காலையில் வழக்கம்போல் வணங்கி எழுதாள். மாலை வரை இருந்த வேலைகளை வாயை மூடிக்கொண்டு செய்து முடித்த பிறகு மாமியாரிடம் கணவனின் புதிய பழக்கத்தைப் பற்றிச் சென்னபோது, மாமியார் அலட்சியமாகச் சொன்னார்.

“புருஷன்னா எல்லாம்தான் இருக்கும். கண்டுக்காம இருக்கிறதுதான் புத்திசாலித்தனம்.”

——

3

தட்டி எழுப்பப்பட்டாற்போல் சரோஜினிக்கு விழிப்பு ஏற்பட்டது. ஜன்னல் கண்ணாடி வழியே பளிச்சென்று வெய்யில் உள்ளே நுழைந்திருந்தது. எவ்வளவு நேரம் தூங்கிவிட்டோம் என்று உடம்பு தூக்கிப்போட்டது. சில வினாடிகளுக்கு எங்கிருக்கிறோம் என்றே புரியவில்லை.

'இது நிகழ்காலமா இறந்த காலமா? நீல வெல்வெட் விரிப்பு விரித்த மெத்தை இல்லை. ஜம்புலிங்கத்தின் நெடிய மதர்த்த உருவம் அதில் இல்லை. மேலே சரமாய் தொங்கும் ஷாண்டிலியர் விளக்கில்லை.

இது நிகழ்காலம். பல யுகங்களைக் கடந்து நான் வேறு ஜென்மம் எடுத்திருப்பவள். அன்றைய சரோசிக்கும் எனக்கும் வாழ்க்கை முறையில் சம்பந்தமில்லை.

மனசு மாறவில்லையா?'

சரோஜினி தனக்குள் சிரித்துக்கொண்டாள். 'மனசு அதேதான். அடிப்படையிலே எல்லாப் பெண்களுக்கும் ஒரே மாதிரியான மனசுதான். அன்புக்காக ஏங்கறதும் அது கிடைக்கல்லேனா வருத்தப்படறதும் ஆத்திரப்படறதும்... சூழ்நிலைக்குத் தகுந்த மாதிரி அதனுடைய ரூபம் மாறுமே தவிர அடிப்படையிலே ஒண்ணுதான். எழுத்தறிவும் சுயமா நிக்கத் திறமையும் ஏற்பட்டுப் போனதாலே. "அடப் போய்யா உன் தயவு எனக்கு வேண்டாம்"னு அருணா வந்துட்டாலும் எதிர்பார்த்த மாதிரி புருஷனுடைய அன்பு கிடைக்கல்லே என்கிற ஏக்கம் அவளுக்கு எவ்வளவுன்னு எனக்குத் தெரியும். அந்தக் கடன்காரன் மட்டும் கொஞ்சம் யோக்கியமா இருந்து இவகிட்டப் பிரியத்தைக் காண்பிச்சிருந்தான்னா இவ அவன்கிட்ட சரணம்னு இருந்திருப்பா. பாவம்...'

'தான் இருந்த பவிசுக்கு இவளை நடத்தைக் கெட்டவள்னு வேறு சொன்னான் பாவி...'

சரோஜினிக்கு உடம்பு ஒருமுறை குலுங்கிற்று. பல யுகத்து வேதனை கவ்வினாற்போல் மனசு கனத்தது.

யாரோ அறைக் கதவை லேசாகத் தட்டி உள்ளே நுழைந்தார்கள்.

"பெரியம்மா, எழுந்திருக்கல்லியா?" என்றான் முருகைய்யன்.

குரலில் கரிசனம் தொனித்தது.

"எழுந்திருக்கறேன்" என்ற சரோஜினி கண்களை மூடியபடி படுத்தே இருந்தாள்.

"ஜன்னல் திரைச்சீலையெல்லாம் தொறந்துவுடட்டுமா?" என்றான் முருகையன் தொடர்ந்து.

"சரி."

அறையில் பளீரென்று பாய்ந்த வெயிலின் உச்சத்தை மறைக்க சரோஜினி தனது புறங்கைகளால் கண்களை மூடிக்கொண்டாள்.

முருகையன் அகன்றது தெரிந்ததும் எழுந்திருக்கச் சோம்பலாக இருந்தது. சீக்கிரம் எழுந்தாக வேண்டும் என்கிற நிர்பந்தம் போய் வெகுகாலமாகிவிட்டது. இன்றைக்கு மனசுக்குள் ஒரு ஆயாசம் புகுந்திருந்தது. இறந்த காலத்தை எட்டிப் பார்த்து வெளியே வரும்போதெல்லாம் இந்தக் களைப்பு ஏற்படுகிறது. அனாவசியமாக ஒரு ஜன்மம் கரைந்து போனாற்போல 'மனுஷன் மனுஷனைப் போல நடந்துக்கல்லேன்னா எத்தனை விஷயங்கள் தாறுமாறாகப் போவுது?' என்று அவள் தனக்குள் சொல்லிக் கொண்டாள். 'அருணாவுக்கு ஏற்பட்டுப்போன வருத்தத்துக்கும் இதுதான் காரணம், அந்தப் பிள்ளை, நேத்துவரை அவளுடைய புருஷனாயிருந்த அந்தப் பிரபாகர் என் எதிர வந்தான்னா இதைத்தான் சொல்வேன்', "அவமேல நீ சுமத்தற குற்றச் சாட்டுக்கெல்லாம் நீதான் காரணம்..."

"என்னம்மா, உடம்பு சரியில்லையா என்ன?"

கண்கள்மேல் இருந்த புறங்கைகளை விலக்கி சரோஜினி கண்களைத் திறந்து பார்த்தாள்.

கார்த்திகேயனும் நளினியும் நின்றிருந்தார்கள்.

“இல்லேல்லே, உடம்புக்கு ஒண்ணுமில்லே” என்றபடி சரோஜினி எழுந்து உட்கார்ந்தாள்.

“ராத்திரி சரியாகத் தூக்கம் வரல்லே. இப்ப நா எழுந்திரிச்சிதான் என்ன செய்யப்போறேன்னு படுத்துக்கிடந்தேன்.”

“இன்னும் கொஞ்சம் படுக்கணும்போல இருந்தா படுங்க” என்றாள் நளினி.

“அதெல்லாம் வேண்டாம் எத்தனை நேரம் படுக்கறது?” என்றபடி சரோஜினி கட்டிலைவிட்டு இறங்கினாள்.

“எங்களுக்கும் ராத்திரி தூக்கம் வரல்லே... அருணாவுடைய அதிர்ஷ்டம் இப்படி ஆச்சேன்னு” என்றார் கார்த்திகேயன் மெல்லிய குரலில்.

இந்த விஷயத்துக்காக இவர்கள் சற்று அதிகமாகவே கூச்சப்படுகிறார்கள் என்று சரோஜினிக்குப்பட்டது.

“நடந்து போனதைப் பத்தி வருத்தப்படறதிலே ஒண்ணும் லாபமில்லே. அவ பிரிஞ்சு வந்தது அவளுக்கு ரொம்ப நல்லது. எத்தனையோ விபத்து நேர்ந்து போறதில்லையா? அதுமாதிரி இந்தக் கல்யாணத்தைப் பத்தி நினைச்சுக்குங்க ரெண்டு பேரும்.”

“நீங்க சொல்றது சரிதான்” என்றார் கார்த்திகேயன்.

நளினி ஏதும் பேசாமல் தலையைக் குனிந்தபடி நின்றாள்.

“நளினி, முகத்தைத் தொங்கப் போட்டுக்கிட்டு நிக்காதே, நடக்கக் கூடாதது ஒண்ணும் நடந்துடல்லே. என்ன நடக்கணுமோ அதுதான் நடந்திருக்கு. இனிமே ஆகவேண்டிய காரியத்தைப் பாருங்க. இல்லேன்னா அந்தக் குழந்தையோட மனசுப்புண்ணு ஆற வெகுநாள் ஆகும்!”

“அவ எல்லாம் தைரியமாத்தான் இருக்கா, எதுவுமே நடக்காதது போல, எனக்குத்தான் தாங்கல்லே” என்றாள் நளினி. குரல் தழுதழுத்துக் கண்களில் நீர் நிறைந்து போயிற்று.

'இவ என்ன இப்படிக் குருடாயிருக்கா?' என்று சரோஜினி வியப்பேற்பட்டது.

"கண்ணை நல்லாத் திறந்து பாரு நளினி. அப்பத் தெரியும் அவளுடைய துக்கம் உனக்கு. கௌரவப் பிரச்சினை உன் கண்ணை மறைக்குது..."

கைத்துண்டை எடுத்துக்கொண்டு குளியலறையை நோக்கிச் செல்லும்போது மென்மையாகப் புன்னகைத்தபடி சொன்னாள்.

"இந்த விவாகரத்தினாலே நம்ப குடும்ப கௌரவம் காப்பாத்தப்பட்டுது என்கிறதை நீங்க புரிஞ்சுக்கணும்."

குளியலறைக்குள் நுழைந்து தாழ்ப்பாள் போட்டுக் கொள்ளும்போது 'உங்களுக்கு புரியாது' என்று தனக்குள் சொல்லிக்கொண்டாள்.

பல்லைத் தேய்த்து முகத்தைக் கழுவி கண்ணாடியில் பார்த்தபடி துடைத்துக் கொள்ளும்போது, "நல்ல புருஷன் அமைஞ்சு சொகுசா வாழ்க்கை நடத்தற பொம்பளைங்களுக்கு நிச்சியமாப் புரியாது" என்று சொல்லிக்கொண்டாள்.

'கார்த்திகேயன் நல்ல பையன், பெண்ஜாதியை உள்ளங்கையிலே வெச்சுத் தாங்கறவன். "ஆம்பளைன்னா எப்படி வேணா இருப்பான். கண்டுக்காம இருக்க வேண்டியதுதான்" என்கிற வர்ணனைக்கு அப்பாற்பட்டவன். கட்டின புருஷன்னா எப்படி இருக்கணுமோ அப்படியிருக்கிறவன். நளினிக்கு எந்தக் குறையும் வைக்கல்லே. எல்லா ஆண் பிள்ளைகளும் அப்படித்தான் இருப்பாங்க என்கிற எண்ணம் நளினிக்கு. அதுதான் இப்ப அதிர்ச்சியைத் தாங்க முடியல்லே...'

சரோஜினி சாப்பாட்டு அறைக்கு வந்தபோது கார்த்திகேயன் ஆபீஸுக்குக் கிளம்பும் உடையில் காலை ஆகாரத்தை சாப்பிட்டுக் கொண்டிருந்தார். முருகையனுக்கு உதவியாக நளினி பரிமாறிக் கொண்டிருந்தாள். சரோஜினியைக் கண்டதும்,

"உட்காருங்க" என்று நாற்காலியை நகர்த்திக் கொடுத்தாள்.

"அம்மாவுக்குக் காப்பிக் கொண்டா முருகையா!" என்று கார்த்திகேயன் சொல்லி முடிப்பதற்குள் முருகையன் கொண்டுவந்து வைத்துச் சிரித்தான்.

"அம்மா பல்லுதுலக்கப் போனதைப் பார்த்தேனுங்க" என்று விளக்கினான்.

மென்மையாகப் புன்னகைத்தபடி சரோஜினி காப்பியை அருந்தினாள். முப்பது வருஷத்துப் பழக்கம் இவன். வீட்டோடு வேலைக்கிருந்த மரகதத்தின் மகன். தோட்டத்தில் இவன் எங்கு விளையாடிக் கொண்டிருந்தாலும் அவனைத் தேடிப்பிடித்து காப்பியைக் கொடுத்துக் குடிக்க வைத்ததை இன்னும் விசுவாசத்துடன் நினைவில் வைத்துக் கொண்டிருப்பவன்.

"அருணா எழுந்திரிச்சாச்சா காப்பி குடுத்தியா?" என்றாள் மெள்ள.

"எழுந்துட்டாங்க. ஆனா கீழே இறங்கி வரல்லே."

"ஏன்?" என்றாள் சரோஜினி, நளினியைப் பார்த்து.

நளினியின் முகத்தில் அலுப்புத் தெரிந்தது. நேரடியாகப் பார்க்காமல் எங்கோ பார்த்தபடி பதில் சொன்னாள்.

"யாரோடவோ போன்லே பேசிக்கிட்டிருக்கா அரைமணி நேரமா."

சரோஜினி யோசனையுடன் தனது காப்பியைக் குடித்தாள். கார்த்திகேயன் பேச்சில் புகுந்துகொள்ளாமல் மும்முரமாக சாப்பிட்டுக் கொண்டிருந்தார்.

அருணா தடதடவென்று மாடிப்படிகளில் இறங்கி வருவது தெரிந்தது.

"குட் மார்னிங்!" என்று உற்சாகமாகக் குரல் கொடுத்தபடி அவர்களருகில் வந்தாள். கார்த்திகேயன் சுரத்தில்லாமல் "குட் மார்னிங்" என்றார். நளினி ஒன்றுமே சொல்லவில்லை.

சரோஜினி முந்திக்கொண்டு "வா அருணா, இப்படி வந்து உட்காரு" என்றாள் கனிவுடன்.

அருணாவின் முகம் கலங்கியிருந்தது. மூக்கு நுனி சிவந்திருந்தது. சற்றுமுன் வரை அழுதிருப்பவள் போல், அவசரமாகப் பவுடர் பூசி சரிசெய்து கொண்டு வந்திருப்பது தெரிந்தது. கண்களுக்கடியில் கோடுகள் தொங்கின.

'நேத்து ராத்திரி முழுக்க இந்தக் குழந்தை தூங்கியிருக்காது' என்று நினைத்து சரோஜினிக்குப் பாவமாக இருந்தது.

கார்த்திகேயனும் நளினியும் அவளை ஏறிட்டுப் பார்த்து சங்கடத்துடன் முகத்தைத் திருப்பிக் கொண்டார்கள்.

"காப்பிக் கொண்டு வரேன்" என்று முணுமுணுத்துவிட்டு நளினி உள்ளே சென்றாள்.

சரோஜினி புன்னகைத்தபடி அருணாவின் தோளைப் பற்றினாள்.

"சொல்லு, இன்னிக்கு என்ன செய்யப்போறே? ஏதாவது ப்ரோக்ராம் இருக்கா உனக்கு?"

இறுக்கம் தளர்ந்து போனாற்போல் அருணா சிநேகத்துடன் சிரித்தாள்.

"இருக்கு பாட்டி, வெளியிலே போகப் போறேன்."

"சாப்பாட்டுக்கு வந்துடுவியா?"

"ஊஹூம், நாலு மணியாகிவிடும் வரதுக்கு."

"அதுக்கப்புறம்?"

"அப்பறம் ஒண்ணுமில்லே, ஏன்?"

சரோஜினி லேசாகச் சிரித்தாள்.

"எனக்கு சினிமாப் பார்க்கணும் போல இருக்கு."

நம்ப முடியாதவள்போல கண்களை அகல விரித்த அருணா பக்கென்று சிரித்தாள். "அடி சக்கை! நான் ரெடி பாட்டி, அம்மா வராங்களான்னு கேளுங்க."

"நா ஒண்ணும் வரல்லே!" என்றாள் நளினி லேசான சிடுசிடுப்புடன். "வீடியோவிலே வீட்டுக்குள்ளே போட்டாலும், எனக்குப் பார்க்கிற மூடில்லே."

“ஏன்? உன்னுடைய மூடுக்கு என்ன ஆச்சு இப்ப?” என்றாள் அருணா சற்று பலத்த குரலில்.

“ஒண்ணும் ஆகல்லியே!” என்றாள் நளினி நிஷ்டூரமாக. “சினிமா பார்க்கிறமாதிரி இல்லே. அவ்வளவுதான்.”

“உங்களுக்கு இல்லேன்னா நாங்க வற்புறுத்தல்லே” என்றாள் அருணா மெல்லிய எரிச்சலுடன். “நானும் பாட்டியும் போறோம். ஹிந்தியா, தமிழா பாட்டி?”

“இங்கிலீஸுக்குப் போலாம்!” வியப்புடன் அருணா வாய்விட்டுச் சிரித்தாள்.

“ஏன் உங்களுக்கு இங்கிலீஷ் புரியாதே!”

“அதான் நல்லது” என்று சரோஜினி சிரித்தாள். “நம்ம கலாச்சாரம், பண்பாடு என்கிற கழுத்தறுப்பு இல்லாம இருக்கும்.”

குடித்துக் கொண்டிருந்த காப்பிக் கோப்பையைக் கீழே நறுக்கென்று வைத்துவிட்டு அருணா எழுந்து வந்து அவளை அணைத்துக் கொண்டாள்.

“உங்களுக்கிறுக்கிற யோசனைத் திறன் என் சிநேகிதிகளுக்குக்கூட இல்லே.”

“எனக்கும் உங்கள் பேச்சுக்கும் சம்பந்தமில்லே” என்கிற மாதிரி கார்த்திகேயன் எழுந்தார். நளினி முகத்தில் பிரசன்னமேயில்லை.

“வெளியிலே போகணுங்கறியே, கார் வேணுமா அருணா, ஆபீஸ்லேந்து அனுப்பவா?” என்றார் கார்த்திகேயன்.

“வேண்டாம்.”

“எப்படிப் போகப்போறே?”

“சங்கரோடப் போகப்போறேன். அமெரிக்கன் எம்பஸியிலே அவருக்கு சில பேரைத் தெரியும். என்னை அறிமுகப்படுத்தப் போறார்.”

நளினி விருக்கென்று நிமிர்ந்து பார்த்தாள்.

"அதுக்கு வரதுக்கு ஏன் நாலு மணி ஆகணும்?"

"கொஞ்சம் வேலையிருக்கும்மா" என்றாள் அருணா எரிச்சலுடன். "என்னை என்ன பச்சைக் குழந்தைன்னு நினைச்சியா? துருவித்துருவி ஏன் கேக்கறே?"

மறுவினாடி அங்கு நில்லாமற் அருணா மாடிக்கு விரைந்தாள்.

"கொஞ்சம் விட்டுப் பிடி நளினி" என்றார் கார்த்திகேயன் மெல்லிய குரலில்.

நளினி தலையைக் குனிந்துகொண்டு அடிக்குரலில்,

"எல்லாக் கோளாறுக்கும் ஆரம்பமே இந்த சங்கர்தான். அவனோடதான் போன்லே இவ்வளவு நேரம் பேச்சு, அவனோட இவ சுத்தறதைப் பார்த்தா இவ பேரிலேதானே தப்புன்னு உலகம் சொல்லும்?"

"உலகத்தைப்பத்தி மறந்துடு நளினி" என்றாள் சரோஜினி மெல்லிய குரலில்.

"நீ என்ன நினைக்கிறே என்கிறது இப்ப ரொம்ப முக்கியம்."

"அம்மா, நீங்க என்ன சொல்றீங்க?"

"ஆ, உலகம் என்னவேணாப் பேசும், நிஜத்தைப் பொய்யிங்கும், பொய்யை நிஜம்னு சொல்லும்."

வாசலில் கார் வந்து நிற்கும் சப்தம் கேட்டது.

"வந்துட்டான் கடன்காரன்" என்று நளினி முணுமுணுத்தாள். காரிலிருந்து சங்கரின் நெடிய உருவம் வெளிப்பட்டது.

——

4

விருக்கென்று நளினி உள்ளே செல்வதை சரோஜினி வருத்தத்துடன் பார்த்தாள். 'கோளாறுக்கெல்லாம் இந்தப் பிள்ளைதான் காரணம்னு நளினி நினைச்சான்னா அவ சரியான முட்டாள்' என்று நினைத்துக் கொண்டாள்.

சங்கரின் முகத்தில் இன்று மலர்ச்சி இல்லை என்பதை அவள் கவனித்தாள். "வணக்கம் பெரியம்மா" என்று மெல்லிய புன்னகையுடன் அவளைப் பார்த்து நமஸ்கரித்தான்.

"வணக்கம். வாப்பா" என்றாள் அவள்.

"ஹலோ" என்று முன்னால் நகர்ந்து கார்த்திகேயன் அவனுடைய கையைக் குலுக்கினார்.

"அமெரிக்க எம்பஸியிலே அருணாவுக்கு ஒரு அப்பாயிண்மெண்ட் இருக்கு. எனக்குக் கௌன்சில்லைத் தெரியும். அவளை அழைச்சிட்டுப் போகலாம்னு வந்தேன்" என்றான் சங்கர்.

"சொன்னா அருணா. இப்ப வந்துடுவா, நீங்க உக்காருங்க. நா ஆபீஸுக்குக் கிளம்பணும்."

"நீங்க கிளம்புங்க. அருணா வரவரைக்கும் பெரியம்மாவோட பேசிக்கிட்டிருப்பேன்." கார்த்திகேயன் அகன்றதும் சங்கர் புன்னகையுடன்,

"எப்படியிருக்கீங்க பெரியம்மா?" என்றான்.

"நல்லாயிருக்கேம்ப்பா" என்று சரோஜினி சிரித்தாள். "வயசாகிப் போச்சு என்கிறதைத் தவிர வேற ஒரு கோளாறும் இல்லே, வேளாவேளைக்குச் சாப்பிடறேன், தூங்கறேன்."

"ரொம்ப சந்தோஷமா இருக்கு பெரியம்மா உங்க பேச்சைக் கேட்கிறதுக்கு சாதாரணமா இந்த வயசை எட்டறதுக்குள்ளே ரொம்பப் பேருக்கு வாழ்க்கை வெறுத்துப் போகும். புகாரைத் தவிர வேற எதுவும் இருக்காது அவங்க பேச்சிலே."

அவள் மென்மையாகப் புன்னகைத்தபடி பேசாமல் உட்கார்ந்திருந்தாள். 'இவனைப் பார்த்தால் யோக்கியமானவனாகத்தான் தெரிந்தான். கண்ணில் ஏதும் கல்மிஷம் தெரியவில்லை. அருணாவுடன் இவனுக்கு சாதாரண சிநேகிதமாக இருக்கலாம் அல்லது அது தீவிரமாகவே இருந்தாலும் இவனையோ அருணாவையோ குற்றம் சொல்லி என்ன லாபம்' என்று அவள் தனக்குள் வியந்தாள்.

"அருணா எப்படியிருக்கா பெரியம்மா?" என்றான் அவன் மெல்லிய குரலில்.

"சாதாரணமாத்தான் இருக்கா" என்றாள் அவளும் மெல்லிய குரலில்.

அவன் யோசனையுடன் தலையைக் குனிந்து கொண்டான்.

"காலையிலே போனிலே பேசும்போது அவ கொஞ்சம் அப்ஸெட் ஆன மாதிரி எனக்குப்பட்டது" என்றான்.

"ஆ... கொஞ்சம் தடுமாற்றம் இல்லாம இருக்குமா?" என்றாள் சரோஜினி. "சாதாரணமாக இந்தக் குளறுபடியெல்லாம் நேராமயே இருந்திருக்கலாமில்லே? வாழ்க்கையிலே ரெண்டு வருஷம் விரயமாப் போனாப்பலேதானே இப்ப ஆச்சு, விரயம் மட்டும் இல்லே மனசிலே ஏற்பட்டிருக்கிற புண்ணு ஆறரதுக்கு இன்னும் கொஞ்சகாலம் ஆகும்."

சங்கர் அவளைக் குழப்பத்துடன் பார்த்தான்.

"நீங்கதான் அவளுக்கு ஆதரவா இருக்கிறதா அவ சொன்னா."

சரோஜினி சிரித்தாள்.

"என் காலம் முடிஞ்சு போச்சு. என் ஆதரவு இருந்தாலும் இல்லாட்டாலும் அவளுக்கு எதுவும் லாபமில்லே. இந்த மாதிரி விஷயங்கள்லே யாருடைய ஆதரவையும் எதிர்பார்த்து நிக்க வேண்டிய அவசியமுமில்லே, மனசுக்கு சரின்னு பட்டதை செஞ்சுடணும். நாம அனுபவிச்சது நமக்கு மட்டும்தான் தெரியும்."

“சரியாச் சொன்னீங்க” என்றான் சங்கர் புன்னகையுடன் “இப்ப எனக்குப் புரியுது. அருணா உங்களை மாதிரிதான் இருக்கா சுபாவத்திலே.”

‘இவனுக்கு என் சுபாவத்தைப் பத்தி என்ன தெரியும்?’ என்று நினைத்துச் சிரிப்பு வந்தது மீண்டும்.

மாடிப்படிகளில் காலடிச் சப்தம் கேட்டு அவள் நிமிர்ந்தாள். அருணா இறங்கிக் கொண்டிருந்தாள். கைத்தறி சேலையில் கம்பீரமாக எளிமையாகத் தெரிந்தாள். காலையில் முகத்தில் தெரிந்த கோடுகள் இப்பொழுது இல்லை. குளித்து, க்ரீமும் பவுடரும் போட்ட ஒப்பனையில் புதுசாய்த் தெரிந்தாள்.

அவள் வருவதைக் கண்டு சங்கர் எழுந்து நின்றான்.

“ஹாய்!” என்று விளித்தபடி அருணா அருகில் வந்தாள்.

“நாங்க கிளம்பறோம் பாட்டி” என்றாள் சரோஜினியைப் பார்த்து. “அம்மாகிட்டச் சொல்லிடுங்க. அவங்களைக் காணும். நான் வெளியிலே சாப்பிடறேன். நிச்சயமா இன்னிக்கு சினிமாவுக்குப் போகலாம். சாயங்கால ஷோ பரவாயில்லையா?”

“பரவாயில்லே!”

அருணா சிரித்துக்கொண்டே சரோஜினியின் கையைக் குலுக்கிவிட்டு சங்கருடன் வெளியில் நடந்தாள்.

தங்களுக்குள் சிரித்தபடி ஆங்கிலத்தில் ஏதோ பேசிக்கொண்டே அவர்கள் காரில் உட்காருவதை சரோஜினி தான் அமர்ந்த இடத்தில் இருந்தே பார்த்தாள்.

இரண்டு வருஷங்களுக்கு முன்னால் இதேபோல அருணாவும் பிரபாகரும் ஜோடியாக சிரித்துக்கொண்டு சென்ற காட்சி நினைவுக்கு வந்தது. பெரிய இடத்து சம்பந்தம். படித்தவன் என்று விசாரித்து ஏற்பாடு செய்த கல்யாணம்தான், படிக்கும் காலத்தில் அருணா படிப்பில்தான் கவனமாயிருந்தாள். காதல் கத்திரிக்காய் என்று எந்த விவகாரத்திலும் மாட்டிக் கொள்ளவில்லை. எம்.ஏ. படித்து முடித்ததும் சமத்தாய் கார்த்திகேயனும் நளினியும்

பார்த்து நிச்சயித்த பிள்ளையை சந்தோஷத்துடன் ஏற்றாள். அவளுடைய கல்யாணக் கோலம் இப்பவும் சரோஜினியின் கண்முன் பளிச்சென்று நின்றது. 'எத்தனை அழகாயிருந்தது ஜோடி என் கண்ணே பட்டிருக்குமோ? இந்தக் குழந்தை படிச்சவ, கெட்டிக்காரி. சந்தோஷமாக் குடித்தனம் செய்வான்னு நினைச்சேன். புத்திசாலி ஆனதாலேயே அதிகமா கஷ்டப்பட்டா, ரோசப்பட்டா, கடைசியிலே பிரிஞ்சும் வந்துட்டா...'

சரோஜினி எழுந்தாள். 'நளினியை எங்கே காணும்? இன்னும் கோபாக்கிரகத்தில் இருக்க வேண்டும். தன்னாலே தெளிஞ்சுக்கட்டும்' என்கிற அலுப்புடன் சரோஜினி வாசல் ரேழிக்கு வந்தாள். தோட்டத்தில் வேலை செய்துகொண்டிருந்த வெள்ளைச்சாமி "வணக்கம்மா" என்றான்.

"வெள்ளைச்சாமி இந்தப் பிரம்பு நாற்காலியைக் கொஞ்சம் அந்த வேப்பமரத்து நிழல்லே போடறியா?" என்றாள் அவள்.

அவன் விரைந்து வந்து நிழலில் நாற்காலியை வைத்தான். குளுகுளுவென்ற நிழலில் சுகந்தமாய் காற்றடித்தது. சற்று தொலைவில் வெட்டவெளியில் விழுந்த வெய்யிலைப் பொய்யாக்குவது போல அவள் ரசனையுடன் காற்றை உள்ளுக்கிழுத்து சுவாசித்தபடி தலையை சாய்த்துக் கண்களை மூடிக்கொண்டாள்.

கல்யாணமாகி மூன்றே மாதத்துக்குள் அருணாவின் கனவு கலைந்து போனது தெரிந்தது. முகம் வாடி கருத்து களையிழந்து... சரோஜினிக்குப் பகீரென்றது பார்த்ததுமே. முதலில் அவர்கள் யாரும் எதுவுமே அவளிடம் சொல்லவில்லை. எல்லா கேள்விகளுக்கும் பூசி மெழுகினார்கள். அருணாவே அவள் கேள்விக்கு மழுப்பலாகப் பதில் தந்தாள். "நல்லாத்தான் இருக்கேன் பாட்டி!" அவர்களாகச் சொல்லும்போது சொல்லட்டும் என்று அவள் பேசாமல் இப்படித்தான் ஒரு நாள் இந்த வாசல் ரேழியில் தன்னுள் லயித்த யோசனையுடன் உட்கார்ந்திருந்தபோது, அவள் அங்கிருப்பது தெரியாமல் கார்த்திகேயன் வரவேற்பறையில் பெண்ணுக்குப் புத்திமதி சொல்லிக் கொண்டிருந்தான்.

"இதப்பார் அருணா, கொஞ்சம் பொறுமையாயிரு. அவசர முடிவுக்கு வந்துடாதே, பிரபாகர் படிச்சவன், பசையுள்ளவன். நல்ல உத்தியோகத்தில் இருக்கான். பணப்புழக்கத்தினாலே ஆம்பிளைங்க தடம்புரண்டு போவாங்க. நீதான் அவனை சரியான வழிக்குக் கொண்டுவரப் பார்க்கணும். எடுத்த உடனேயே இது தேறாத கேஸ்னு விட்டுடறதா?"

"அப்பா எனக்குப் பொறுமையில்லே. அந்த ஆள் சுபாவமே நல்லதில்லே" என்றாள் அருணா.

"கல்யாணமாகி மூணு மாசம்தான் ஆகுது, அதுக்குள்ளே அவன் சுபாவத்தைக் கண்டுட்டியா?"

"மூணே நாளிலே எனக்குத் தெரிஞ்சு போச்சு, உங்ககிட்டே எதுவும் சொல்லாம வாயை மூடிக்கிட்டு இருந்ததே பெரிசு. நா எதுக்குக் கஷ்டப்படணும்? நான் நாதியத்துப் போயிட்டேனா?"

"பதற்றப்படாதே அருணா, நீ நாதியத்துப் போனதா அர்த்தமில்லே. புருஷன் மனைவிங்கிற சமாச்சாரத்தை அத்தனை சுலபமா பிரிச்சுக்கிட்டு வந்துர முடியாது. இதுவரைக்கும் நம்ம குடும்பத்திலே அதுமாதிரி நடந்ததில்லே. உங்க பாட்டி அத்தனைக் கஷ்டத்திலேயும் வாயை மூடிக்கிட்டு இருந்ததினாலேதான் குடும்பம் இன்னமும் கௌரவமா தலை நிமிர்ந்து நிக்குது, நல்ல பெயரோட."

"பாட்டியோட காலம் வேற என்னுடைய காலம் வேற. நான் பாட்டி மாதிரி இருப்பேன்னு எதிர்பார்க்கிறீங்களா?"

"பாட்டி மாதிரி நீ இருக்கணும்னு நா எதிர்பார்க்கல்லே. எங்கப்பா மாதிரி நிச்சயமா பிரபாகர் இருக்கமாட்டான். உனக்குப் பேச உரிமை இருக்கு. பிறந்தகத்துக்கு வந்து வக்காலத்து கேக்கறே, நினைச்சா வெளியிலே போறே, உன் பாட்டிக்கு இதிலே ஒரு உரிமையாவது இருந்ததுன்னு நீ நினைக்கிறியா?"

"அப்பா நீங்க என்னையும் பாட்டியையும் ஒப்பிட்டுப் பார்க்கறது மடத்தனம். அவங்களுக்கு உரிமைக் கொடுக்கப்படாததாலே

அவங்க வாயை மூடிக்கிட்டு இருந்தாங்க. அவங்களே என் வயசா இப்ப இருந்திருந்தாங்கன்னா நிச்சயம் வாயை மூடிக்கிட்டிருக்க மாட்டாங்க..."

"அதைப்பத்தி எனக்குத் தெரியது. நீ கொஞ்சகாலம் இன்னும் பொறுமையாயிரு. அவனை உன் வழிக்குத் திருப்பப்பாரு. ஒவ்வொரு பொம்பளை எத்தனை சாகசம் பண்றா! குடிக்கிறது ஒரு பெரிய தப்பா? தனியார் கம்பெனிலே வேலை பண்ணறவன் கொஞ்சம் குடிக்கத்தான் செய்வான். இதையெல்லாம் கண்டுக்காம இருக்கக் கத்துக்க முடியாட்டா அவனை உன் வழிக்குத் திருப்பப் பாரு."

"வெறும் குடி மட்டும் இல்லேப்பா, இங்கே கெட்ட சகவாசமும் இருக்கிறதா எனக்கு அனுமானம்."

"அனுமானத்தின் பேர்லே பிரிஞ்சு வாழ முடியுமாம்மா? அருணா இன்னும் கொஞ்சநாள் முயற்சிப் பண்ணிப் பாரு. ஒரு பிரியத்தை ஏற்படுத்திக்கறதுக்கு வேண்டிய சமயமும் நேரமும் கொடுக்கல்லேன்னா அவனுக்கும்தான் பிடிமானம் எப்படி வரும்?"

அருணா, வெகுநேரத்துக்கு பதில் சொல்லவில்லை. 'ஓ இந்தக் குழந்தைக்கு இப்படிப்பட்ட கஷ்டமா?' என்று சரோஜினிக்குப் பதைத்துப் போயிற்று.

"கொஞ்சம் பொறுமையாயிருந்து பார் அருணா" என்றார் கார்த்திகேயன் கனிவுடன். "பாட்டி பழைய காலத்துப் பண்புகள்ல நம்பிக்கையுள்ளவங்க. நீ இந்த மாதிரிப் பிரிஞ்சு வரேன்னு சொல்றது தெரிஞ்சா அதிர்ந்து போவாங்க."

"உங்களைவிட பாட்டி என்னை நல்லாப் புரிஞ்சுப்பாங்க."

"இருக்கலாம். ஆனா அதிர்ச்சி ஏற்படாம இருக்காது. கொஞ்ச காலம் விட்டுப்பிடி பார்ப்போம். அவன்கிட்ட மாறுதல் தெரியல்லேன்னா வேறு யோசனை பண்ணுவோம்."

அந்த முறையும் அதற்கடுத்த இரண்டுமுறையும் அருணா சமாதானத்துக்கு ஒப்புக்கொண்டுதான் புருஷன் வீட்டுக்குத்

திரும்பினாள். மூன்றாம் முறை செல்லுமுன் சரோஜினியின் அறைக்கு வந்து அவள் கையைப் பிடித்துக்கொண்டு சொன்னாள்;

“எனக்குப் பொறுமையில்லே பாட்டி! என்னாலே தாங்கிக்க முடியல்லே. எத்தனை பணிஞ்சாலும் அவருடைய திமிர்த்தனம் ஏறுது! தன்மானம்னு ஒண்ணு இருக்கில்ல? கண்ட பொம்பளைங்களுடைய சிநேகிதம் அந்த ஆளுக்கு! இந்த அழகிலே என்மேல் சந்தேகம். யாரோட பேசினே, எங்கே போனேன்னு...”

பிறகு திடீரென்று சிரித்தாள்.

“எனக்கு சில சமயம் என்ன தோணுது தெரியுமா பாட்டி, நிஜம்மாவே யாரோடயாவது ஓடிப்போனா என்னன்ன தோணுது!”

அருணா நிச்சயம் இப்படிப்பட்ட வார்த்தைகளைத் தன் தாயிடம்கூடச் சொல்லியிருக்க மாட்டாள் என்று இப்பொழுது நினைவுக்கு வருகையில் மனசில் ஒரு நெகிழ்ச்சி ஏற்பட்டது.

“அருணா உங்களை மாதிரிதான் இருக்கா சுபாவத்திலே.”

சங்கரின் வார்த்தைகள் நினைவுக்கு வந்ததும் பளீரென்று மனச்சாளரங்கள் திறந்துகொண்டன.

——

5

ஐம்பது வருஷத்து இடைவெளியாகத் தெரியவில்லை. சரோஜினியின் கண்கள் ஆர்வத்துடன் விரிந்து பழைய காட்சியைக் கண்டன.

சரோஜினி வழக்கம்போல் சமையல்கட்டில் இருந்தாள். இட்டிலிக் குண்டானை அடுப்பில் ஏற்றிவிட்டுத் துருவி வைத்திருந்த தேங்காயை ஆட்டுக்கல்லில் போட்டுச் சட்டினிக்கு அரைக்க ஆரம்பித்தாள். இன்றைக்கு வெள்ளிக்கிழமை என்று அதிகாலையிலேயே எண்ணெய் தேய்த்துக் குளித்திருந்த தலைமுடி கட்டுக்கு அடங்காமல் சுருள்சுருளாகத் தோளில் புரண்டது.

அடுத்த அரைமணிக்குள் எல்லாரும் காலைப் பலகாரத்துக்கு திமுதிமுவென்று வந்துவிடுவார்கள். நாத்தனார் லக்ஷ்மி கல்யாணத்திற்கு நிற்கிறாள். சமையலறையில் கூடமாட ஒத்தாசை செய்யும் வயதுதான். ஆனால் வரமாட்டாள். "கல்யாணம் கட்டிக்கிட்டப்புறம் எங்கேயோ போய் நிச்சயமா உழைச்சாகணும். இங்கே இருக்குந்தனையும் அவ எதுவும் செய்ய வேண்டிய அவசியமில்லே. இங்கே என்ன வேலை செய்ய ஆளா இல்லே..." என்று ஒருமுறை மாமியார் கர்ஜித்தார். லக்ஷ்மியைக் கொஞ்சம் தேங்காய்த் துருவ சரோஜினி சொன்னபோது.

மாமியார் சொல்வது வாஸ்தவம்தான் என்று சரோஜினிக்கே தோன்றிவிட்டது. எல்லாப் பெண்களும் திருமணமானபின் செக்குமாடுகளாகத்தான் போக வேண்டுமென்று தலையெழுத்தானால் கல்யாணமாகிற வரை இளைப்பாறல் அவசியம்தான் என்கிற கனிவு சுபாவமாகப் போயிற்று. இப்பொழுதெல்லாம் லக்ஷ்மி தானாக ஏதேனும் செய்ய வந்தாலும் சரோசி அதை உரிமையுடன் தடுத்தாள்.

'கொழுந்தன்மார்களுக்குக் கல்யாணமாகி அவங்க பெண்ஜாதிங்க வந்தப்புறம்தான் என் வேலைப்பளு குறையும்'

என்று இப்பொழுது தனக்குள் சொல்லிக் கொண்டாள். 'அல்லது எனக்கு மருமக வந்த பிறகு...'

சட்டென்று அரைக்கும் கை தயங்கி நின்றது. நேற்று இரவு ஜம்புலிங்கம் வந்து நின்ற காட்சியும் பிறகு நிகழ்ந்ததும் நினைவுக்கு வந்து லேசாக முகம் சிவந்தது.

இப்பொழுதெல்லாம் ஜம்புலிங்கம் இரவு தாமதமாக வருவது வழக்கமாகப் போயிருந்தது. போதை மீறிப்போன நாட்களில் அவனுடைய சிநேகிதன் தினகரன் துணைக்கு வந்து படுக்கையறை வரை தாங்கிப்பிடித்து நடத்திவந்து படுக்கையில் கிடத்தி, மன்னிப்புக்கோரும் குரலில் "கொஞ்சம் அதிகமாப் போட்டுட்டான்" என்று சொல்லிவிட்டு அவளை ஏறிட்டுப் பார்க்காமலே கிளம்பிச் செல்வதும் வழக்கமாகிப் போயிருந்தது.

நேற்று இப்படித்தான் படுக்கை அறையை ஒட்டின முற்றத்தில் இரவு சாப்பிடாமல் அவள் காத்திருந்தாள். பன்னிரெண்டு மணிக்குக் குதிரைவண்டி வந்தது. ஜம்புலிங்கத்தைத் தாங்கிக்கொண்டு தினகரன் வந்தான். இவன்தான் குடியைக் கெடுக்கிறவன் என்று அவளுக்கு மகா ஆத்திரம் வந்தது. வழக்கம்போல் அந்த இரண்டு வார்த்தைகளைச் சொல்ல அவன் வாயைத் திறக்கும்போது அவள் தன்னைக் கட்டுப்படுத்திக்கொள்ள முடியாமல் குறுக்கிட்டாள்.

"வேண்டாம். தெரிஞ்சுபோன விஷயத்தை நீங்க விளக்க வேண்டியதில்லே."

தினகரன் அவளை வியப்புடன் ஏறிட்டுப் பார்த்து தலையைக் குனிந்துகொண்டான்.

"அவங்களுக்கு இந்தப் பழக்கத்தையும் ஏற்படுத்திக் கொடுத்திட்டு நீங்க நல்ல பேர் சம்பாதிக்கலாம்னு பார்க்காதீங்க."

அவன் திடுக்கிட்டு அவளைப் பார்த்தான். பிறகு தன்னைச் சமாளித்துக்கொண்டு புன்னகைத்தான்.

"இதுக்கும் எனக்கும் சம்பந்தமில்லே. குடிக்கிற பழக்கம் எனக்குக் கிடையாது. ஜம்புலிங்கத்துக்கு எப்படி இந்தப்

பழக்கம் ஏற்பட்டுப் போச்சுங்கறது முக்கியமில்லே. அவனை சரிப்படுத்தறதுதான் முக்கியம். நான் சொல்றதெல்லாம் அவனுக்கு ஏற்கல்லே. அவனைச் சரிப்படுத்தறது உங்க கையிலேதான் இருக்கு. அவன் குடிச்சிட்டுக் கிடக்கறான்னு செய்தி வந்தவுடனே போய் அழைச்சிட்டு வரத்தான் என்னாலே முடியும்."

இவனை நம்பலாமா வேண்டாமா என்று தடுமாறியபடி அவள் சில வினாடிகள் மௌனமாக நின்றாள். அவன் தன்னையே பார்த்துக்கொண்டு நிற்பதைப் பார்த்து கூச்சத்துடன் மெல்லிய குரலில் சொன்னாள்.

"நா என்னத்தைச் சொல்ல முடியும்? பெண்ஜாதிப் பேச்சைக் கேட்கிற ஆளாயிருந்தாதானே?"

அவன் சற்றுத் தயக்கத்துடன் சொன்னான். "கேட்கும்படியா செய்ய வேண்டியது உங்க சாமர்த்தியம்."

"எப்படி?" என்றாள் அவள் பேதைமையுடன். "அவங்க இஷ்டப்படிதான் நடக்கறேன். சொன்ன வார்த்தைக்கு மறுவார்த்தை பேசறதில்லே செக்கு மாடா நாள்பூரா உழைச்சுச் சோர்ந்திருந்தாலும்..."

அவள் சட்டென்று நிறுத்தினாள். 'அதிகப் பழக்கமே இல்லாத ஒரு ஆண்மகனின் முன்பு எப்படி இப்படிச் சரளைக்கற்கள் உருளுகிற மாதிரி வார்த்தைகளைக் கொட்டுகிறோம்' என்று வெட்கம் ஏற்பட்டது.

அவன் அவளைப் பார்த்த பார்வையில் அனுதாபமோ பரிகாசமோ தெரிந்தது.

அவன் தோளைக் குலுக்கிப் புன்னகைத்தான்.

"எப்படிச் செய்வீங்களோ தெரியாது. ஆனா நீங்கதான் செய்யணும்! ஏன்னா அவனுடைய இந்தப் பழக்கம் உங்களைத்தான் பாதிக்கும்."

அவன் மறுவினாடி அங்கு நிற்காமல் வண்டியில் ஏறிக்கொண்டு கிளம்பிப் போனான்.

அவள் கதவைத் தாழிட்டுக்கொண்டு உள்ளே வந்தாள். ஜம்புலிங்கம் அயர்ந்த நித்திரையில் இருந்தான். அவனுடைய நெடிய மதர்த்த உருவமும் போதையில் பளபளக்கும் முகமும் அவளுள் ஒரு வெறுப்பை ஏற்படுத்திற்று. அவனை நெருங்கவே உடம்பு கூசிற்று.

'அவனைச் சரிப்படுத்தறது உங்க கையிலேதான் இருக்கு.'

'கடவுளே எப்படி அதைச் செய்யப்போறேன்?'

அவள் வெகுநேரம் அந்த உருவத்தை திடீரென்று அன்னியமாகத் தெரியும் அந்த மனிதனைப் பற்றற்ற நிலையில் பார்த்தாள். பசியில் வயிறு உறுமிற்று. 'அவனை எழுப்பிச் சாப்பிடச் சொல்வோம்' என்று முனைந்தாள். அவன் கட்டையைப்போல் கிடந்தான். அவன் குடித்துவிட்டு இப்படிப் படுத்துக்கிடப்பது அவளுக்கு ஒருவிதத்தில் சௌகரியமாக இருந்தது. 'ஆய்ந்து ஓய்ந்துபோன உடம்புக்கு ஓய்வு கிடைத்த இந்த நிம்மதிக்காகவே சில சமயங்களில் இவன் குடித்துவிட்டு இப்படிக் கட்டைபோல விழுந்துகிடந்தால் கிடக்கட்டும்' என்று தோன்றிற்று. 'மாமியார் சொன்னதுபோல, கண்டுகொள்ளாமல் இருக்கப் பழக வேண்டியதுதான்' என்கிற சமாதானம்கூட ஏற்பட்டது.

ஆனால் எத்தனை நாட்களுக்கு இப்படியே காலம் ஓடும் என்று அவளுக்கு அடிக்கடி திகைப்பேற்பட்டது. 'அவனுக்கும் அவனுடைய மனைவி என்கிற எனக்கும் என்ன பிணைப்பு? அந்தப் பிணைப்பிற்கு என்ன அர்த்தம்?'

'நீங்கதான் சரிப்படுத்தணும். ஏன்னா அவனுடைய குடிப்பழக்கம் உங்களைத்தான் பாதிக்கும்.'

இந்த வார்த்தைகள் அவளுடைய அடிவயிற்றில் ஒரு கலக்கத்தை ஏற்படுத்திற்று. கல்யாணமாகி இத்தனை வருஷங்களில் இருவரிடையே இருக்கும் உறவில் எந்த அளவுக்கு வலு இருந்தது என்று அவளுக்குத் தெரியவில்லை. ஒரு குழந்தையாவது பிறந்திருந்தால் நிலைமை வேறு மாதிரி இருந்திருக்கும் என்று உறுத்த ஆரம்பித்திருந்தது.

'எப்படிச் செய்வீங்களோ தெரியாது. நீங்கதான் சரிப்படுத்தணும்.'

'எப்படி அவன் சொல்கிறபடியெல்லாம் கேட்டுத்தான் எனக்குப் பழக்கம். நான் ஒன்று சொல்லி அவன் கேட்பானா?'

"என்ன சரோசி, இன்னும் பலகாரம் ஆகல்லியா?"

"ஆயிடுச்சி அத்தை" என்று பரக்கப்பரக்கச் சட்டினியை எடுத்துப் பாத்திரத்தில் வழிக்கையில்...

"அண்ணி, உங்களை அண்ணன் கூப்பிடறாரு" என்றாள்.

இது என்ன இந்த வேளையில் என்கிற குழப்பத்துடன் சரோசி மாமியாரைப் பார்த்தாள்.

"போய் கேட்டுட்டுச் சட்டுப்புட்டுனு வா" என்று மாமியார் சிடுசிடுத்தாள்.

ஈரக்கையைத் தலைப்பில் துடைத்தபடி சரோசி ஜம்புலிங்கம் படுத்திருந்த இடத்துக்கு விரைந்தாள்.

நிலைப்படியில் அவளைக் கண்டதுமே "கதவைச் சாத்து வெளியிலே இருக்கிற சத்தம் மண்டையைப் பிளக்குது" என்று ஜம்புலிங்கம் இரைந்தான்.

அவள் கதவைச் சாத்திவிட்டு வந்தாள். கட்டிலருகில் வந்து,

"உடம்பு சரியில்லையா?"

"எட்ட நின்னு கேட்டா எப்படிப் புள்ளே?" என்று அவன் அதட்டினான்.

"தலையைப் புடிச்சுவிடு!"

மாமியாருக்குப் பூஜைக்குத் தயார் செய்ய வேண்டும் என்கிற நமைச்சலை அமுக்கியபடி அவள் அமர்ந்தாள். நேற்று அதிகமாகக் குடித்ததால்தான் இந்தத் தலைவலி என்கிற கணிப்பில், இவனிடம் இதை எப்படிச் சொல்வது என்கிற யோசனையுடன் அவள் வாக்கியங்களை மனசுக்குள் ஒத்திகை பார்த்தாள்.

திடீரென்று அவன் அவளை இறுக்கிக் கட்டில்மேல் இழுத்துக்கொண்டான்.

"என்னங்க, இப்ப என்னங்க?" என்று அவள் திகைத்து மறுத்து விலகும்போது அவளது முதுகில் ஒன்று செமையாக விழுந்தது.

"பிள்ளையைப் பெத்துக் கொடுக்கத்தான் லாயக்கில்லைன்னாலும் இதுக்காவது நீ உபயோகமா இருக்க வேண்டாமா?" அவளுக்குக் காரணமே புரியாமல் கண்களில் நீர் நிறைந்தது. இரத்த நாளங்கள் எல்லாம் அவமானத்தில் இறுகிச் சுருங்கின.

பத்து நிமிஷ நரக வேதனைக்குப் பிறகு "கட்டை சரியான மரக்கட்டை" என்று முணுமுணுத்தபடி அவளை விடுவித்தான். அவனுடைய அதிருப்தியைப் பொருட்படுத்தாமல் அவள் அவசரமாக எழுந்து கூந்தலை முடித்து,

"அம்மாவுக்குப் பூஜைக்குத் தயார்படுத்தணும்" என்று முணுமுணுத்தாள்.

"பலகாரம் சாப்பிட வருவீங்களா?" என்றாள்.

அவன் பதில் சொல்வான் என்று காத்திருந்து, சொல்லாததால் மேற்கொண்டு நிற்காமல் கதவைத் திறந்து மீண்டும் சாத்திவிட்டு சமையற்கட்டிற்கு விரைந்தாள்.

இளவட்டங்களுக்குப் பலகாரம் கொடுத்துக் கொண்டிருந்த மாமியார் வெடுக்கென்று நிமிர்ந்து பார்த்தாள்.

"என்னடி... இவ்வளவு நேரம்?"

அவளுக்கு லேசாக வெலவெலத்தது.

"அவங்களுக்குத் தலைவலியாம் மருந்து தடவச் சொன்னாங்க" மாமியார் அவளை நம்பவில்லை என்று நன்றாகத் தெரிந்தது.

"இதப்பாரு, பூஜை ரூமுக்குள்ளே நுழைஞ்சிராத குளிக்காம" என்றாள். சரோசிக்கு முகம் சிவந்து போயிற்று. லக்ஷ்மியின் குறுகுறுத்த பார்வையைக் கண்டு.

மறுபேச்சு பேசாமல் கிணற்றடிக்குச் சென்று மீண்டும் குளித்துப் பூஜைக்கு எடுத்து வைத்துவிட்டு உள்ளே வரும்போது

ஜம்புலிங்கம் பலகாரம் சாப்பிட்டுக் கொண்டிருந்தான். மகனை உபசாரத்துக்குமேல் உபசாரம் செய்தபடி மாமியார் உட்கார்ந்திருந்தார்.

இதே ரீதியிலே நாட்கள் நகர்ந்து கொண்டிருந்தன. எந்தவித மாற்றமும் இல்லாமல், ஜம்புலிங்கம் தெளிவான பிரக்ஞையோடு இருக்கும் காலை நேரங்களில் அவனோடு பேச நேரமே கிடைக்காமல் போகும். "நீங்கள் குடிப்பது எனக்குப் பிடிக்கல்லே. உடம்புக்கும் கெடுதல், பணமும் விரயம்" என்று அவள் சொல்ல நினைத்த நேரமெல்லாம் கைக்கெட்டாமல் நழுவிப் போயிற்று. ஆற்றுநீரோடு மிதக்கும் சருகைப்போல, தானும் ஏதோ ஒரு திசை தெரியாத ஓட்டத்தில் மிதப்பதுபோல் அவளுக்கு பிரமை ஏற்பட்டது.

ஏதோ சத்தியத்துக்குக் கட்டுப்பட்டவன்போல் தினகரன் ஜம்புலிங்கத்தை இரவு அழைத்து வருவது தொடர்ந்தது. அவனைப் பார்க்க அவளுக்குப் பரிதாபமாக இருந்தது.

"உங்களுக்கு இதே வேலையாய் போயிடுச்சு" என்றாள். ஒருநாள் அவள் மன்னிப்புக் கோரும் குரலில் அவங்களைத் திருத்த எனக்குத் தெரியல்லே. என் மேலதான் ஏதோ குறையிருக்கணும்" என்றாள்.

"உங்ககிட்டே எந்தக் குறையும் இல்லே" என்றான் அவன். அவளை ஆழமாகப் பார்த்தபடி. "ஜம்புலிங்கம் ஒரு மடையன். தன்கிட்ட இருக்கிற பொக்கிஷத்தைப் பத்தி உணராதவன்."

அவனுடைய பார்வையில் நிழலாடிய சங்கேதத்தை அவள் முதல்முறையாகக் கவனித்தாள்.

———

6

"என்னம்மா இன்னிக்கு குளியல், பூஜை ஒண்ணும் கிடையாதா?"

இரண்டாம் முறையாக அருகில் வந்து கேள்வி நின்றபோதுதான் சரோஜினி நிகழ்காலத்துக்கு வந்தாள்.

எதிரில் நின்றிருந்த நளினியின் முகத்தில் சிந்தனைக் கோடுகள் இருந்தன.

"என்ன, உடம்பு சரியில்லையா உங்களுக்கு?" என்றாள்.

சரோஜினி மெல்லிய புன்னகையுடன் எழுந்தாள்.

"அதெல்லாம் ஒண்ணுமில்லே. உடம்பு நல்லாத்தான் இருக்கு."

"தினமும் இந்நேரம் குளிச்சுப் பூசையை முடிச்சிடுவீங்க!"

"முடிச்ச பிறகு தினமும் சும்மா உட்கார்ந்திருப்பேன். இன்னிக்கு ஆரம்பிக்கிறதுக்கு முந்தி உக்கார்ந்திருக்கேன். அவ்வளவுதான் வித்தியாசம். வேலையா வெட்டியா? ஒண்ணுமில்லே. எப்ப எதைச் செஞ்சாலும் எனக்கு ஒண்ணுதான் இப்ப."

"எப்பவேணாச் செய்யுங்க, எனக்கொண்ணுமில்லே" என்றாள் நளினி. பிறகு கூட நடந்தபடியே மெல்லிய குரலில் சொன்னாள்.

"பேத்தியைப் பத்தின யோசனையாயிருக்கும் உங்களுக்கு."

சரோஜினி பதில் சொல்லவில்லை. "வருத்தப்பட இதிலே என்ன இருக்குங்கறா, வருத்தப்படாமெ எப்படி இருக்க முடியும்!" என்று நளினி தனக்குள் அங்கலாய்த்துக் கொள்பவள் போல் சொன்னாள்.

சரோஜினி ஒரு வினாடி நின்றாள்.

"அவ சொல்றது உண்மைதான் நளினி. இதிலே வருத்தப்பட வேண்டியதில்லே."

"உங்களை என்னாலே புரிஞ்சுக்க முடியல்லேம்மா" என்றாள் நளினி நிஷ்டூரத்துடன்.

"இதப்பாரு, விவாகரத்து வாங்கிக்கிறதைத் தவிர வேற வழியில்லே என்கிற தீர்மானத்துக்கு வந்து ஒருவருஷமாகுது. இப்ப அது கிடைச்சப்புறம் என்ன வருத்தம்? இத்தனை நாள் காதும் காதும் வெச்சாப்பலே இருந்த விஷயம் பகிரங்கமாப்போன உடனே உனக்குக் கூச்சமா இருக்கு."

நளினி சற்றுநேரம் பேசாமல் இருந்தாள். பிறகு மெல்லச் சொன்னாள்: "கூச்சமாத்தான் இருக்கு என் சிநேகிதிகளுடைய வீட்டிலே எந்தப் பொண்ணுக்கும் இப்படி ஆகல்லே!"

"அதுக்காக நாம் என்ன செய்ய முடியும்? அந்தப் பிரபாகர் அப்படிப்பட்டவனாயிருப்பான்னு நாம நினைச்சமா?"

"அவன் நல்லவன், இவதான் சரியில்லே என்கிற மாதிரி பேசிக்கிறாங்க!"

"ஆ பேசிக்குவாங்க" என்றாள் சரோஜினி பொறுமையிழந்து. "இது சரி, இது தப்புன்னு சொல்றதுக்கு யாருக்குத் தகுதியிருக்கு? இதப்பார் நளினி, நம்ம பொண்ணுமேலே நமக்கு நம்பிக்கை இல்லேன்னா உலகமும் நம்பாது."

பிறகு தனக்குள் சொல்லிக்கொள்வது போல் சொன்னாள்.

'இது ஒரு முட்டாள் உலகம்.'

தன் அறைக்குள் நுழைவதற்கு முன் மறுபடி நின்று நளினியிடம் சொன்னாள்.

"மனசுக்குப் பிடிக்காதவனோடு வெறுப்பை சுமந்துகிட்டு சேர்ந்து வாழறதுதான் தப்பு. அப்ப மனசு மனசா இருக்காது, குரங்காட்டம் ஆடும். என்னவேணா செய்யும், எது தப்பு எது சரின்னு புரியாம."

நளினி குழப்பத்துடன் அவளைப் பார்த்தாள்.

"இப்ப அந்த சங்கரோடு சுத்தறது சரிங்கறீங்களா?"

சரோஜினிக்கு ஆயாசமாக இருந்தது. "அருணா ஒருமுறை சூடுபட்டவ. அவளே தெரிஞ்சுக்குவா எது சரின்னு. அவளுக்கு இன்னும் கல்யாணமே ஆகல்லேன்னு நீ நினைக்கணும்."

“இவ கல்யாணம் முறிஞ்சதுக்கே அவன்தான் காரணம்.”

“இல்லே, அவன் நுழையறதுக்கு முந்தியே முறிஞ்சுபோச்சு. நீதான் கவனிக்கல்லே.”

அவள் மேற்கொண்டு அங்கு நில்லாமல் உள்ளே சென்றாள்.

‘இவளுக்கு நா சொல்றது எதுவும் புரியது’ என்று தனக்குள் சொல்லிக்கொண்டாள்.

நான் ஹீட்டரின் குழாயைத் திறந்ததும் மிதமான சூடாக நீர் வந்தது. உடம்புக்கு இதமாக இருந்தது. ‘இப்ப எத்தனை சொகுசுக்கு உடம்புப் பழகிப்போச்சு’ என்று நினைத்துச் சிரிப்பு வந்தது. மார்கழி மாசக் குளிரில்கூட சரோசிக்குக் கிணற்று நீர்தான். மற்றவர்களுக்கெல்லாம் வெந்நீர் அண்டாவில் கொல்லைத் தோட்டத்து வெளியில் நாள் முழுவதும் மருளும். ‘மாமியார் எழுந்திருப்பதற்குள் குளிக்க வேண்டிய கட்டாயத்தில் வெந்நீர் அதற்குள் எப்படித் தயாராகும்?’

இருள் பிரியாதபோதில் பனிப்போர்வையில் நின்று பல்கிடுகிடுத்தபடி அவசரமாகத் தலையில் நீரைவிட்டு ஈரத்துணியுடன் பூஜை அறைக்குள் விரைந்த காட்சி இப்பவும் மனத்தில் நிழலாடியது.

‘என்னைப்பத்தி அப்ப யாராவது நினைச்சுப் பார்த்திருப்பாங்களா? என்னுடைய செளகர்யம் அசெளகர்யத்தைப் பத்தி யாருக்காவது தெரிஞ்சிருக்குமா? ஒரு வார்த்தை கேட்டிருப்பாங்களா?’

சட்டென்று யாரோ பிடித்து நிறுத்தினாற்போல் நீரை மொண்டு ஊற்றிய கை நின்றது. நினைவலைகள் பயங்கர வேகத்துடன் நினைவைத் தாக்கியது.

ஒருமுறை ஜம்புலிங்கம் வீட்டுக்கு வர வெகுநேரமாகிவிட்டது. அவள் ஒரு மணிவரை காத்திருந்து களைப்பு மேலீட்டினால் படுக்கை அறையை ஒட்டிய நிலாமுற்றத்தில் தரையில் படுத்து உறங்கிப்போனாள். காலையில் கண்விழித்தபோது கட்டிலில் படுத்திருப்பதையும் பக்கத்தில் ஜம்புலிங்கம் உறங்குவதையும்

உணர்ந்தபோது மெல்லிய வியப்பு ஏற்பட்டது. 'வண்டி வந்ததையோ இவன் உள்ளே நுழைந்து தன்னைத் தூக்கிக் கட்டிலில் கிடத்தினதையோ உணராமல் எப்படி அத்தனை மரக்கட்டையாய் உறங்கிக் கொண்டிருந்தோம்' என்று நினைத்து வெட்கமேற்பட்டது.

தினசரி வழக்கத்தின்படி அவள் கண்விழித்ததும் திருமாங்கல்யத்தைக் கண்களில் ஒற்றிக்கொண்டு எழுந்து அவனுடைய பாதங்களை வணங்கி வெளியில் வரும்போது ஒரு மெல்லிய சமாதானம் ஏற்பட்டது. 'முற்றத்தில் தரையில் மனைவி படுத்திருக்கிறாள் என்கிற பிரக்ஞை இருந்திருக்கக் கொண்டுதானே அவளைப் படுக்கையில் கிடத்தியிருக்கிறான்?'

அந்த நினைப்பு நாடி, நரம்பிலெல்லாம் ஒரு சந்தோஷ அலையை எழுப்பிற்று.

வழக்கத்தைவிட சற்று அதிகநேரம் கிணற்றடியில் குளித்து ஈரப்புடவையுடன் பூஜையறைக்குச் சென்றாள். அறையை மெழுகிக் கோலமிட்டு வெளியே வரும்போது யாரோ கிணற்றடியில் நிற்பது தெரிந்தது. அவளுக்குத் துணக்கென்றது. இன்னும் சரியாக இருள் பிரிந்திருக்கவில்லை. அவள் சரேலென்று மீண்டும் அறைக்குள் சென்று அங்கு நல்லவேளையாக இருந்த ஒரு உலர்ந்த புடவையை எடுத்து உடுத்திக்கொண்டு வெளியில் வந்தாள்.

கிணற்றடியில் முகத்தைக் கழுவியபடி தினகரன் நின்றிருந்தான். 'இவன் என்ன செய்கிறான் இங்கு' என்ற திகைப்புடன் அவள் பார்த்தாள். அவன் தனது கைத்துண்டால் முகத்தை அழுந்தத் துடைத்துக்கொண்டு அவளை நோக்கி லேசாகப் புன்னகைத்தபடி வந்தான்.

"நேத்து ராத்திரி வரப்போ ரொம்ப நேரமாயிடுச்சு. களைப்பா இருந்ததாலே இங்கேயே தூங்கிட்டேன். நா வரேன்" என்றான்.

"எங்கே படுத்தீங்க? நா பார்க்கலியே" என்றாள் அவள் வியப்புடன். "வெளி முற்றத்திலே" என்றான் அவன் தலையைக் குனிந்தபடி "நா வரேன்" என்றான் மறுபடியும்.

அவளுடைய முகம் சிவந்து போயிருந்தது. தன்னைச் சமாளித்துக்கொண்டு,

"சுக்குக் காப்பி கலந்து தரேன், குடிச்சிட்டுப் போங்க" என்றாள்.

"வேண்டாம் நேரமாயிடுச்சு" என்றான் அவன் அவசரமாக பிறகு தயங்கியபடி அவளைப் பார்த்தான்.

"பனிக்காலத்திலே நிலா முற்றத்திலே ராத்திரி பெண்கள் தனியாப் படுக்கறது நல்லதில்ல. கருக்கல்லே கிணத்துப் பச்சைத் தண்ணியைத் தலையிலே ஊத்திக்கிறதும் சளிப்பிடிக்கும்!"

கூச்சத்தில் அவளுக்குக் கன்னங்கள் சிவந்து சூடாகிப்போயின. தான் குளித்ததை இவன் பார்த்திருப்பானோ என்கிற பீதியில் மார்பு படபடத்தது. அவள் கவலையுடன் அவனைப் பார்த்தாள். அவன் பார்வையில் ஒரு பரிகாசமும், சிரிப்பும், சிநேகிதமும் தெரிவதைக் கண்டு அவளுக்கும் காரணம் புரியாமல் சிரிப்பு வந்தது.

"இந்த உடம்புலே சளிகூடப் பிடிக்காது" என்று அவள் புன்னகைத்தாள், ஒருமுறை அவன் அவளை ஏற இறங்கப் பார்த்தான்.

"ரொம்ப நிச்சயமா இருக்காதீங்க. உங்க உடம்பை நீங்க கவனிச்சுக்கல்லேன்னா அதை கவனிக்க இங்க வேற ஆளில்லேங்கறது எனக்குத் தெரியும்."

அவன் சரேலென்று திரும்பிப் பாராமல் நடந்து கொல்லை வேலியைத் தாண்டி வெளியேறினான்.

அவள் திகைப்பு மாறாமலே சமையற்கட்டிற்குள் நுழைந்து வேலையைத் தொடங்கினாள். அவன் எதிரில் நிற்பதும் அவன் பேச்சிற்குப் பதில் சொல்வதும் தவறான காரியம் என்று நெஞ்சு அச்சுறுத்தியது. ஆனால் அந்தக் கனிவான பார்வையும் இதமான பேச்சும் தென்றல் பட்டாற்போல் மனசில் ரம்யமாக நின்றன.

அவள் சட்டென்று திடுக்கிட்டு சுயநினைவுக்கு வந்தாள்.

'நமக்குப் புத்திப்பிசகித்தான் போச்சு. இவன்தான் நம்மைத் தொட்டுத் தூக்கி நேத்துக் கட்டில்லே போட்டிருக்கணும். இன்னிக்குக் குளிக்கும் போதும் பார்த்துத் தொலைச்சானோ என்னவோ! எதை மனசுலே வெச்சுக்கிட்டு என்கிட்ட சாவகாசமாப் பேசறானோ! நா ஒரு அறிவு கெட்டவ, இருக்கிற திண்டாட்டங்கள் இங்கே போதாதா?'

கிடுகிடுவென்று கைகள் வேலை செய்யும்போது அவள் தீவிரமாக யோசித்தாள். 'இன்னிக்கு எப்படியாவது கேட்டுடணும் சமயம் கிடைக்கும்போது, இப்படிக் குடிக்கிறது உங்களுக்கே நல்லா இருக்கான்னு கேட்டுடணும். உடம்பும் மானமும் பணமும் போறதுமல்லாமெ கண்டவனெல்லாம் நம்ம படுக்கையறையிலே நுழைஞ்சு நினைவில்லாத உங்க உடம்பைக் கிடத்தற சாக்கிலே உங்க பெண்ஜாதி உடம்பை மோப்பம் பிடிக்கறது உங்களுக்கு சரின்னு தோணுதான்னு கேட்டுடணும்...'

அன்றைக்கு வழக்கமில்லாத வழக்கமாக மதியம் சாப்பிட வீட்டிற்கு ஜம்புலிங்கம் வந்தான். அவன் சாப்பிட்டு இளைப்பாறுவான், அப்பொழுது பக்குவமாக எடுத்துச்சொல்ல வேண்டும் என்று அவள் தனக்குள் தீர்மானித்துக் கொண்டாள். அவளுடைய மாமியார் அவளை அவனிடமே நெருங்கவிடாமல் வழக்கம்போல் தானே சாப்பாடு பரிமாறினாள். சாப்பிட்ட கையுடன் இருவரும் இளைப்பாறாமல் அவளிடமும் ஒன்றும் சொல்லாமல் வெளியில் கிளம்பிப் போனார்கள்.

வில்வண்டியின் சலங்கை ஒலியைக் கேட்டுதான் அவள் விஷயத்தை அறிந்தாள். மாமியாரும் எதற்குப் போனார் என்று புரியவில்லை. யார் வீட்டிலாவது சாவோ வேறு விசேஷமோ என்றால் இருவரும் கிளம்பிப் போவார்கள். அவளை வா என்று இதுவரை எங்கும் கூப்பிட்டதில்லை. ஆனால் எங்கே போகிறோம் என்று மாமியார் சொல்லிவிட்டுப் போவார். இன்று அவள் இருப்பதன் நினைவே இல்லாதது போல் கிளம்பிப் போனது நாபியில் இருந்து ஒரு துக்கத்தை ஏற்படுத்தியது.

'நா இந்த வீட்டிலே எல்லாருக்கும் பொங்கிப் போடவும், புருஷன் கூப்பிடும் போது அவன் வெறியைத் தணிக்கவும்தான் இருக்கேன்' என்று மனசு நினைத்து நினைத்து ஆதங்கப்பட்டது. இன்று இரவு இதையும் கேட்டுவிட வேண்டும் என்று அவள் ஆத்திரப்பட்டாள். 'கல்யாணமாகிப் பத்து வருஷம் ஆகுது. கொல்லையிலேந்து வாசல்வரை உங்க வீட்டுப் பொறுப்பை ஏத்துக்கிட்டிருக்கேன். ஒரு நாள் நான் சமையல் கட்டிலே இல்லேன்னா வீடே ஆட்டங்கண்டு போகுது. உங்க முகம் கோணாம மாமியார் முகம் கோணாம எந்நேரத்திலேயும் இருந்து வரேன். உங்க மனைவிங்கற காரணத்தாலேதான் இதையெல்லாம் நா சந்தோஷமாச் செய்யறேன். நா ஒரு பொருட்டாத் தெரியல்லையா உங்களுக்கு?' என்று கேட்க வேண்டும்.

அன்று இரவும் அவன் தாமதமாக வந்தான். ஆனால் தினகரன் வரவில்லை. போதை இன்று அதிகமாக இல்லை.

தூக்கமும் பசியுமான நிலையில்,

"சாப்பிடறீங்களா?" என்றாள் சரோசி.

"வேண்டாம் சாப்பிட்டாச்சு" என்றான் அவன்.

"கொஞ்சம் சீக்கிரம் வந்தா என்ன?" என்றாள் கொஞ்சலாக "உங்களுக்காக நா பசியோடக் காத்திருக்கேன்."

"கவலைப்படாதே! இனிமே நீ காத்திருக்க வேண்டியதில்லே. வேற ஒருத்தி வரப்போறா அந்த வேலைக்கு" என்றான் அவன் பரிகாசத்துடன்.

"அம்மா குளிச்சாச்சா? என்ன சத்தத்தையே காணும்? ரொம்ப நேரமாச்சு நீங்க உள்ளே போயி..."

நளினியின் படபடத்த குரலைக் கேட்டு சரோஜினி யதார்த்தத்துக்குத் திரும்பினாள்.

——

7

தன்னைத் தயாரித்துக்கொண்டு சரோஜினி தன் அறையிலேயே அருணாவுக்காகக் காத்திருந்தாள்.

மத்தியானம் ஒரு சின்னத் தூக்கம் போட்டுக் காப்பிக் குடிக்க எழுந்திருந்த போது அருணா வீட்டுக்குத் திரும்பியிருந்தாள். முகம் களைத்திருந்தாலும் உற்சாகமாக இருந்தது.

அவளைக் கண்டதும்,

"ஹல்லோ பாட்டி" என்று சிரித்தபடி வந்தாள்.

"எனக்கு அமெரிக்கன் எம்பெஸியிலே வேலை கிடைச்சுட்டது."

"ஆ நல்லது. அப்ப சினிமாவுக்குப் போக வேண்டியதுதான்."

அருணா அவளை அணைத்துக்கொண்டு சிரித்தாள்.

"நா மறக்கல்லே, டிக்கெட்டை வாங்கி வந்துட்டேன்!"

"சங்கரும் வரானா?"

"இல்லே நாம ரெண்டு பேர்தான்."

அருணா குனிந்து பாட்டியை விநோதமாகப் பார்த்தாள்.

"ஏன் கேட்கிறீங்க பாட்டி?"

"சும்மாத்தான் கேட்டேன். சின்னவங்க நீங்க ரெண்டு பேர் போகும்போது நா எதுக்குன்னு!"

'இந்தப் பாட்டி லேசுப்பட்டவள் இல்லை' என்கிற பார்வை அருணா பார்த்து ஒரு நமட்டுச் சிரிப்பு சிரித்தாள்.

"நாம ரெண்டு பேர் பொம்பளைங்க போகும்போது ஒரு ஆம்பிள்ளை எதுக்குன்னு சங்கர் வரல்லே."

"கெட்டிக்காரப் பயல்" என்று சரோஜினி சிரித்தாள். "நீ போய் கொஞ்சம் இளைப்பாறி டிபன் சாப்பிட்டுத் தயாராகு, நானும் தயாராகறேன்" என்றாள்.

"எனக்குக் காப்பி மட்டும் போதும்" என்று முருகையனுக்குக் குரல் கொடுத்துவிட்டு நாற்காலியை இழுத்துப் போட்டுக் கொண்டு அமர்ந்தாள்.

"அம்மா எங்கே பாட்டி?" என்றாள் மெள்ள.

"தெரியல்லே. இன்னிக்கு சிநேகிதிங்க வீட்டிலே சீட்டுக் குலுக்கல் பார்ட்டி போலிருக்கு..."

அருணா அலுப்புடன் சூள்கொட்டினாள்.

"இந்த அம்மாவுக்கு வேற வேலை இல்லை. சீட்டுக் கட்டித்தான் பணம் சேர்க்கணுமா? இது பிற்போக்கான செயல் மட்டுமில்ல, மகா ஆபத்தான உறவுகள் இதெல்லாம்."

சரோஜினி பதில் செல்லாமல் காப்பியை அருந்தினாள்.

"ஒருத்தரைப் பத்தி இன்னொருத்தர் வம்பு பேசறதும் இங்கேதான். தன் அந்தஸ்தைப் பத்தியும், பணத்தைப் பத்தியும் டமாரமடிக்கிறதுக்காகவே பெண்கள் இப்படிப்பட்ட கூட்டம் போடறாங்க."

"இன்னிக்குப் போகப் போறதில்லேன்னுதான் முதல்லே நளினி சொல்லிக்கிட்டிருந்தா. மேலமேல போன் வந்தது போல" என்றாள் சரோஜினி மெள்ள.

"ஆ... இன்னிக்குப் போகப் பிடிக்காதத்துக்குக் காரணம் இருக்குல்லே?" என்றாள் அருணா சலிப்புடன். "என் விஷயத்தைப் பத்தி அங்கே எல்லோரும் கேட்பாங்களேன்னு பயம், கூச்சம். அம்மா பெரிய மனுஷியா இந்த சமூகத்திலே வளைய வராங்களே தவிர மனசுப் பெரிசில்லே. பயமும் கூச்சமும், அதனாலே வேஷம் போடறதும் பிறவிக் குணங்களாகப் போயிட்டது."

சரோஜினி அவளுடைய கையை ஆதரவுடன் தட்டினாள் மௌனமாக.

"நம்ம பெண்களை நினைச்சே எனக்கு ஏமாத்தமா இருக்கு பாட்டி. எல்லாரும் பொதுவாய் பெண்களைப் பாதிக்கிற பிரச்சினைகளை அறிவுபூர்வமாப் பார்க்கிறதில்லே, யதார்த்தமா கவனிக்கிறதில்லே. ஏன் தெரியுமா பாட்டி?"

சரோஜினி கனிவாகச் சிரித்தாள். “தெரியும் கண்ணு பெண்ணுக்கே பெண்மேலக் கருணையில்லே.”

“சரியாச் சொன்னீங்க” என்று அருணா ஆத்திரத்துடன் தொடர்ந்தாள்.

“என்னாலே ரொம்பப் பொறுக்க முடியாம போயிதான் புருஷன்கிட்டேந்து பிரிஞ்சு வந்தேன்னு அம்மாவுடைய சிநேகிதிங்க நினைக்கமாட்டாங்க. என்மேலத்தான் கோளாறு இருக்கணும்னு தங்களுக்குள்ளே பேசிப்பாங்க. நாம் எல்லாரும் ஒட்டுமொத்தமா, அதாவது பெண் சமூகம் ஒட்டுமொத்தமா தங்களுக்குள்ளேயே மட்டம் தட்டிக்கிறதையும், அவதூறு சொல்றதையும் நிறுத்திக் கூட்டுச்சேர்ந்தாதான் நம்ம இனத்துக்கு விமோச்சனம் பாட்டி. இல்லேன்னா விமோச்சனம் இல்லே. வெறும் ஆண் வர்க்கத்தைச் சொல்லிக் குத்தமில்லே.”

சரோஜினி மென்மையாகச் சொன்னாள், “மத்த பெண்கள் உன்னைப் பத்தி என்ன நினைக்கிறாங்கங்கறது முக்கியமில்லே கண்ணு. உனக்குள்ளே எந்தக் குழப்பமும் இருக்கக் கூடாது. நீ எடுத்த முடிவு சரியா தப்பான்னு நீயே குழம்பற மாதிரி இருக்கு எனக்கு” என்று.

“எந்தவிதக் குழப்பமும் எனக்கு இல்லே பாட்டி” என்றாள் அருணா தலையைக் குனிந்தபடி.

“அப்ப சும்மா பேஜாருபட்டுக்காதே, சம்பாதிக்க ஆரம்பிச்சப்புறம் சரியாப் போயிடும். நாக்கை வளைச்சுப் பேசறவங்களுக்கும் மறந்துபோகும். போ, எழுந்து முகத்தைக் கழுவிக்கிட்டு நல்லா டிரஸ் பண்ணிக்கிட்டு வா.”

பதிலுக்கு அருணா சிரித்தபோது அதில் ஒரு நெருக்கம் தெரிந்தது.

“சரி நீங்களும் தயாராகுங்க.”

சரோஜினி ஒரு மெல்லிய புன்னகையுடன் தன் அறைக்குச் சென்றாள். ‘இந்தக் குழந்தைக்கு அவளுடைய பழைய வாழ்க்கை

முழுவதும் மறந்து போகணும்' என்று தனக்குள் சொல்லிக் கொண்டாள். 'மூளைக்கு எப்பவும் வேலையிருக்கிற வேலையிலே ஈடுபட்டா குறை தெரியாது. இல்லேன்னா மூளை வெறும் பிசாசாத்தான் போகும். அப்படிப் பிசாசா மாறினா அதோட தப்புன்னு சொல்ல மாட்டேன். வேற வழியில்லாத நிர்பந்தம்னு நினைச்சுக்குவேன்.

மூளை மரத்து வெறும் உடம்பு மட்டும் காலையிலே வெந்நீர் அடுப்புப் பத்த வைச்சதிலேர்ந்து, பலகாரத்துக்குத் தயாராக்கறதும், சட்னி அரைக்கிறதும், சமையலுக்குக் காய் நறுக்கறதும் அடுப்படியிலே வேகறதுமாவே உடம்பு கிடக்கையிலே மரத்துப்போன மூளைக்கு வேலை இல்லைன்னாலும் ஒரு மூலையிலே அது நடப்புகளையெல்லாம் மௌனமா கணக்குப் பாத்துக்கிட்டுதான் இருக்கும். அந்த மௌனக் கணக்கெல்லாம் உருவமெடுத்துப் பிசாசா மாறிக்கிட்டு வரதை யாரும் கவனிக்கமாட்டாங்க. அந்தப் பிசாசு பொறுக்க முடியாம முரண்டு எழுந்ததானா புதுசா அது முளைச்சாப்பவே எல்லாரும் அரண்டு போவாங்க...'

வெளியில் செல்லத் தயாராகி ஜன்னலருகில் ஒரு நாற்காலியில் அமர்ந்திருந்த சரோஜினிக்கு சிரிப்பு வந்தது.

அப்பால் சரோசி மௌனமாகத் தலையைக் குனிந்துகொண்டு நிற்பது தெரிந்தது.

உள்ளே ஜம்புலிங்கம் புதிய மனைவியுடன் குலாவிக் கொண்டிருக்கிறான். அவள் பெயர் ரத்தினம். அந்தப் பெயரே பிடிக்கவில்லை சரோசிக்கு. ஏதோ நாட்டியக்காரியின் பெயரைப் போல. பார்க்கவும் அப்படி ஒன்றும் லட்சணத்தோடு சேர்த்தியில்லை. மார்பு மட்டும்ந்தான் முதிர்ந்த தேங்காய்களைப் போல திரண்டு கனமாகத் தெரிந்தன. இதுதான் ஜம்புலிங்கத்தின் பார்வையில் பட்டிருக்க வேண்டும் என்று சரோசி வெறுப்புடன் நினைத்துக் கொண்டாள். ரத்தினத்தின் அதிர்ஷ்டம் ஜம்புலிங்கம் இப்பொழுதெல்லாம் வீட்டுக்குத் தாமதமாக வருவதில்லை.

சதாசர்வதா வீட்டிலிருக்கும் நேரமெல்லாம் அறைக் கதவைத் தாளிட்டுக்கொண்டு புதிய மனைவியுடன் கழித்தான். ரத்தினத்துக்கு இதெல்லாம் வேண்டியிருந்த மாதிரி சரோசிக்கு தோன்றிற்று. மறுநாள் சரோசிக்கு ஏற்படும் சோர்வு இவளிடம் இல்லை. இவளும் சரியான சிங்கர வம்சம் என்று சரோசிக்குப்படும்.

"ஒரு புள்ளையைப் பெத்துக் கொடுத்தாகணும்னு புதுமருமகளுக்கு கண்டிசன் போட்டிருக்கேன்" என்று சிநேகிதிகளிடம் சொல்லி மாமியார் சிரிப்பாள். சரோசி மௌனமாகத் தன் வேலையில் ஆழ்ந்திருப்பாள். வம்சத்துக்கு ஒரு வாரிசைப் பெற்றுத் தரவேண்டிய பொறுப்பு மிகுதியினால் புதிய மருமகளைச் சமையலறை வேலையில் ஈடுபட வைத்து சோர்ந்துவிட வைக்க கூடாது என்பதில் அம்மாவும் பிள்ளையும் கவனமாக இருந்தார்கள். வண்டி வண்டியாய் சீர்வரிசை கொண்டு வந்ததும் காரணம் என்று சரோசி கண்டுகொண்டாள்.

சரோசி பரபரவென்ற சமையலறை வேலையில் இருந்தாள். இன்னும் ஒரு முழுத் தேங்காயைத் துருவினால்தான் சட்னிக்குப் போதுமானதாக இருக்கும்.

தேங்காயை உடைத்து நிமிர்ந்தபோது ஜம்புலிங்கம் வாயிற்படியில் நிற்பது தெரிந்தது.

அவளுக்குக் காரணம் புரியாமல் நெஞ்சு படபடத்தது. அவனை நேருக்கு நேர் பார்த்தே வெகுநாட்களாகிவிட்டன. ரத்தினம் வந்ததிலிருந்து அந்த நீல நிற வெல்வெட்டு மெத்தை ஸ்பரிசம் அவளுக்கில்லை. குழந்தைகள் வரிசையாய் படுக்கும் நடுக்கூடத்தில் தரையில் படுக்கை. ஏன் இந்த மாற்றம் என்று குழந்தைகள்கூடக் கேட்கவில்லை. ஒரு வேடிக்கை, இங்கே நிம்மதியாக இருந்தது. அடித்துப் போட்டாற் போல் தூக்கம் வந்தது. ஜம்புலிங்கத்தின் வருகைக்குக் காத்திருக்க வேண்டிய அவசியமில்லாததால் வேளைக்குச் சாப்பிட முடிந்தது. ஆனால் எந்த வகையிலோ ஏமாற்றப்பட்டதுபோல், அவமானப்படுத்தப்பட்டதுபோல் மனத்தின் மூலையில் ஒரு பூதம் ஜனித்தது.

ஜம்புலிங்கத்தின் ஜரிகைக் கரையையும் அதற்கடியில் தெரிந்த கரிய பாதங்களையும் அவள் பார்த்தபடி நின்றாள்.

"நா வந்து நிக்கிறது தெரியல்லியா?" என்று அவன் கர்ஜித்தான். "ரத்தினத்துக்கு இடுப்பெல்லாம் நோகுதாம். விளக்கெண்ணெய் தடவி உருவிவிட்டுச் சூடா வெந்நீர்விட்டுக் குளிப்பாட்டி விடு..."

திகைப்பிலும் அவமானத்திலும் அவள் முகம் சிவந்தது.

"இங்கே நிறைய வேலை இருக்கு" என்று அவள் முணுமுணுத்தாள். "குழந்தைங்க பலகாரத்துக்கு வந்துடுவாங்க மரகதத்தை அனுப்பறேன்" என்றாள் மென்று விழுங்கியபடி.

அவன் மகாக் கோபத்துடன் முன்னால் நகர்ந்து வந்து அவள் கன்னத்தில் அறைந்தான்.

"வேலைக்காரியைக் கூப்பிட எனக்குத் தெரியாது? உன்னைக் கூப்பிடக்கூட அவ கூச்சப்படறா. குளியலறையிலே இருக்கா போ சீக்கிரம். வேலை எக்கேடுகெட்டுப் போகட்டும்."

அவள் இன்னமும் தயங்குவதைக் கண்டு தரதரவென்று அவளை இழுத்துக் கொண்டு போனான். குளியலறைக்குள் அவளை நுழைத்துக் கதவைச் சாத்தினான்.

ரத்தினத்துக்கு எந்தக் கூச்சமும் இருந்ததாகத் தெரியவில்லை. ஒரு ஸ்டூலில் நிர்வாணமாய் அமர்ந்திருந்தாள் இவளுக்கு இடுப்புப் பிடிப்புமில்லை, ஒன்றுமில்லை என்று புரிந்தது. தனது ஆட்சிமையை எனக்கு உணர்த்தவே இந்த நாடகம் என்று தோன்றிற்று. பகபகவென்று நாபியிலிருந்து ஒரு ஆத்திரம் கிளம்பிற்று. வெந்நீர் அடுப்பில் கணகணவென்று எரிந்து கொண்டிருந்த விறகால் ஒரே போடாய் கொழுத்த அந்த மார்பகங்களின்மேல் போட்டால் என்ன என்று மனத்தின் பூதம் ஆர்ப்பரித்தது.

"கிளம்பலாமா பாட்டி?"

சரோஜினி மெல்ல சுயநினைவுக்கு வந்தாள்.

“ஏன் பாட்டி முகமெல்லாம் சிவந்திருக்கு? உடம்பு சரியில்லையா?” என்றாள் அருணா.

“சரியாகத்தான் இருக்கேன் வா” என்று சரோஜினி புன்னகையுடன் எழுந்தாள்.

——

8

அருணா சீராக வண்டியை ஓட்டிக் கொண்டிருந்தாள். சரோஜினி சாலையைப் பார்த்தபடி தனக்குள் மூழ்கிய யோசனையுடன் அமர்ந்திருந்தாள்.

"என்ன பாட்டி பலத்த யோசனை?" என்றாள் அருணா மெல்லிய புன்னகையுடன்.

"ஆ எனக்கென்ன யோசனை இனிமே!" என்றாள் சரோஜினி சாதாரணமாக.

"ஏன் இருக்கக் கூடாதா? வேற என்னதான் வேலை உங்களுக்கு?"

"அது சரிதான்!" என்று சரோஜினி சிரித்தாள். "என்னுடைய நினைப்புக்கெல்லாம் யோசனைன்னு பேரில்லே. ஏதாவது பிரயோஜனமா செய்ய முடிஞ்சவங்களுக்குத்தான் யோசனைகள் வேணும். என்னுடைய நினைப்பெல்லாம் வெறும் கனா மாதிரி, அர்த்தமில்ல, பிரயோஜனமுமில்லை."

அருணா சிரித்தாள்.

"அந்த அர்த்தமில்லாத... பிரயோஜனமில்லாத நினைப்புதான் என்னன்னு சொல்லுங்களேன்!"

சரோஜினியின் அதரங்கள் புன்னகைத்தபடிதான் இருந்தன. ஆனால், கண்கள் தொலைவைத் தீவிரத்துடன் துழாவின.

"சொல்லும்படியான நினைப்பில்லே அதெல்லாம். ஏதோ சிதறல்கள் மாதிரி, சினிமா சீன் மாதிரி திடீர்னு துண்டுதுண்டா ஞாபகம் வரும்..."

சற்றுநேரம் அருணா பேசாமல் வண்டியை ஓட்டினாள். அந்த மௌனத்தில் ஒரு அனுதாபம் இழையோடுவதாகப்பட்டது சரோஜினிக்கு. 'யாருக்கு யாரிடம் அனுதாபம்' என்று நினைத்துச் சிரிப்பு வந்தது.

"பழசையெல்லாம் நினைக்கும்போது உங்களுக்கு இப்ப எப்படியிருக்கு பாட்டி கோபம் வருதா? துக்கம் ஏற்படறதா?"

சரோஜினி உதட்டைப் பிதுக்கினாள்.

"எதுவுமே ஏற்படறதில்லே. ஏதோ சினிமாப் படம் பார்க்கிற மூணாம் மனுஷி மாதிரிதான் இருக்கு."

"நீங்க எப்படிப் பாட்டி பேசாம இருந்தீங்க?" என்றாள் அருணா சற்றுப் பொறுத்து.

"எதுக்கு?"

"தாத்தா செஞ்ச அட்டகாசத்துக்கெல்லாம்?"

சரோஜினி மெல்லிய குரலில் சொன்னாள்.

"வேற வழி கிடையாது கண்ணு. அப்பல்லாம் பேசினா முதுகிலே விழும். சோறு கிடைக்காது. இல்லேன்னா பிறந்த வீட்டுக்கு அனுப்பிச்சுடுவாங்க. பிறந்த வீட்டுக்குத் திரும்பி, அண்ணிமார்களுடைய ஏச்சுப் பேச்சைக் கேட்டு ஊர் ஜனங்களாலே வாழாவெட்டின்னு ஒதுக்கப்பட்டு வாழறதுக்கு, அடியோ உதையோ புருஷன் வீட்டிலே இருக்கலாம்னு தோணிடும்."

"என்ன அவமானமேற்பட்டாலும்..."

சரோஜினி தொலைவைப் பார்த்தாள், "அழுத்தித் தேயி" என்ற குரலும், "மலட்டுக் கழுதைக்கு இதைவிட என்ன வேலை?" என்ற ஜம்புலிங்கத்தின் அதட்டலும், வெட்கமில்லாமல் உடம்பைக் காண்பித்துக்கொண்டு உட்கார்ந்திருந்தவளின் பரிகாசச் சிரிப்பும்...

"என்ன அவமானமேற்பட்டாலும்" என்றாள் உடைந்த குரலில்...

"நல்லவேளை நா அம்பது வருஷம் கழிச்சுப் பிறந்தேன் பாட்டி!" என்று அருணா சிரித்தாள்.

சரோஜினி பேசவில்லை. தியேட்டர் வந்துவிட்டது. வண்டியை நிறுத்திப் பூட்டிவிட்டு அருணா சரோஜினியின் கையைப் பிடித்துக்கொண்டு நடந்தாள்.

சரோஜினி சுவாரஸ்யத்துடன் கூட்டத்தைப் பார்த்தபடி நடந்தாள். தன்னைப் போல பாஷையே தெரியாமல் யாராவது படம் பார்க்க வந்திருப்பார்களா என்று நினைத்துச் சிரிப்பு வந்தது.

“பாஷை தெரியாதவங்ககூட வருவாங்களே” என்றாள் அருணா. “இங்கிலீஷ் சினிமான்னா ஏதோ கிளுகிளுப்பான சீன் இருக்கும்னு எதிர்பார்த்துக்கிட்டு வருவாங்க.”

அவர்கள் சென்று அமர்ந்ததுமே விளக்கணைந்து விளம்பரங்கள் துவங்கிவிட்டன. படம் ஆரம்பித்ததும் அதற்கான விளக்கத்தை அருணா இடையில் சொன்னாள். அது மற்றவர்களுக்கு இடைஞ்சலாக இருப்பதைக் கண்டு நிறுத்திக்கொண்டாள். சரோஜினிக்கு விளக்கம் எதும் வேண்டியிருக்கவில்லை. பாத்திரங்களின் முகபாவனைகளிலிருந்தே சுமாராகக் கதையோட்டத்தைப் புரிந்துகொள்ள முடிந்தது. கல்யாணமான ஒருத்தி, புருஷன் பிரியமாகத்தான் தெரிந்தான், பொழுது போகாததால் வேறு ஒருத்தனுடன் உடல் உறவு வைத்துக் கொள்வது போல் கதை ஓடிற்று. புருஷன் அதை உணர்ந்தும் பேசாமல் இருப்பதுபோல் தோன்றிற்று.

இடைவேளையின் போது அருணா அவளைப் பார்த்துச் சிரித்தாள்.

“இதெல்லாம் வெளிநாட்டிலேதான் நடக்கும். இங்கே புருஷன் என்னவேணா செய்வான், பொம்பளை வேற ஒரு ஆணோடு சாதாரணமாகப் பேசினாலும் நடத்தைக் கெட்டவன்னு சொல்லிடுவாங்க.”

“இந்தப் படத்திலே புருஷன் பிரியமாகத்தானே தெரியறான். அந்தப் பொம்பளை ஏன் இன்னொருத்தனோடப் போறா?”

அருணா சிரித்தபடியே மெல்லிய குரலில் சொன்னாள்.

“அவன்கிட்டே அவளுக்குத் திருப்தி ஏற்பட்டிருக்காது.”

சரோஜினிக்குக்கூடக் கூச்சத்தில் முகம் சிவந்தது. என்னவெல்லாமோ நினைவுகள் சாளரத்தின் வழியாக எட்டிப் பார்த்தன.

திடீரென்று அருணா விறைத்துக் கொண்டதுபோல சரோஜினிக்குப் பட்டது. நாற்காலியின் கைப்பிடியைப் பிடித்த கை இறுகியிருந்தது. அவள் பார்வை சென்ற திசையை சரோஜினி பார்த்தாள்.

பிரபாகர் ஒரு பெண்ணின் தோளை அணைத்தபடி உட்கார்ந்திருந்தான்.

'இந்தப் பெண் ஏன் இப்படிப் பதற்றப்படறா' என்று சரோஜினிக்கு வருத்தமேற்பட்டது. 'அவனோட சம்பந்தத்தை விட்டு விலகி வந்த பிறகு அவன் எக்கேடு கெட்டுப்போனா நமக்கென்னன்னு இருக்க வேண்டியதுதானே?'

மீண்டும் படம் தொடங்கிய பிறகு அருணாவின் கவனம் படத்தில் பதியவில்லை என்பதை அவள் கவனித்தாள். 'வேலையிலே சேர்ந்தோ அல்லது வெளிநாடு சென்றாலோதான் இவள் மனசுக்கு நிம்மதியேற்படும்' என்று சரோஜினி நினைத்துக் கொண்டாள்.

படம் எப்படியெல்லாமோ ஓடிக்கொண்டிருந்தது. அந்தப் பெண் கடைசியில், புருஷனுடனும் இல்லாமல் காதலனுடனும் இல்லாமல் எங்கோ தனியாகச் சென்றாள்.

படம் முடிந்து 'பளிச்'சென்று அரங்கத்தில் வெளிச்சம் பரவியதும் "கூட்டம் போகட்டும், நாம நிதானமா போகலாம் பாட்டி" என்றாள் அருணா.

பிரபாகரும் அந்தப் பெண்ணும் வெளியேறிவிட்டார்கள் என்று கவனித்த பிறகே அருணா எழுந்தாள். 'நளினியோட கூச்சத்துக்கும் இவளுடைய கூச்சத்துக்கும் அதிக வித்தியாசமில்லே' என்று நினைத்து சரோஜினிக்குப் பரிதாபமாக இருந்தது. 'இவளைவிட நானே தேவலை போலிருக்கு' என்று நினைத்துச் சிரிப்பு வந்தது.

மௌனமாக அவர்கள் நடந்து காருக்குச் சென்று அமரும்வரை சரோஜினி பேசவில்லை. சற்றுநேரம் வண்டியைச் செலுத்திய பிறகு திடீரென்று நினைவு வந்தவளைப்போல அவள் பக்கம் திரும்பி,

"படம் பிடிச்சுதா பாட்டி?" என்றாள் அருணா.

"புரியாததாலே பிடிச்சுது. நீ பாதிக்குமேல படத்தைப் பார்க்கல்லேன்னு நினைக்கறேன்."

"பார்த்தேன் பாட்டி!" என்றாள் அருணா பலவீனமான குரலில்.

சிறிதுநேர மௌனத்திற்குப் பிறகு சரோஜினி சொன்னாள்.

"அவனுடைய உறவு வேண்டாம்னுதான் வந்தாச்சே, இன்னும் ஏன் அவனைப் பார்த்தாப் பதைச்சுப்போறே?"

"உங்களுக்குக் கண் ரொம்ப சூட்சுமம் பாட்டி!" என்றாள் அருணா மழுப்பலாகச் சிரித்தபடி.

"பதற்றமாத்தான் போகுது பாட்டி, என்னன்னு தெரியல்லே. அந்த ஆள் என்னை அவமானப்படுத்தினதெல்லாம் ஞாபகத்துக்கு வருது."

"அதை ஏத்துக்க முடியாதுன்னுதானே தனியா வந்துட்டே! இனிமே தலை நிமிர்ந்து நிக்கணும் அருணா."

"தலை நிமிர்ந்துதான் இருக்கேன் பாட்டி, அதைப்பத்தி உங்களுக்கு சந்தேகம் வேண்டாம். அவனைப் பார்க்கும் போது பழசை மறக்க முடியல்லே. ஒரு பெண்ணை ஒருத்தன் இவ்வளவு கேவலப்படுத்தறதுக்கு அவனுக்கு யார் அதிகாரம் கொடுக்கறதுன்னு ஆத்திரம் வருது. அவனுக்குள்ளே இந்தத் திமிரை ஏத்தற சமூகத்துமேல ஆத்திரம் வருது."

"எல்லா ஆண்களும் அப்படியில்லே அருணா. உங்கம்மாவைப் பாரு, அவளுக்கு உன்னுடைய ஆத்திரமெல்லாம் புரியாது."

"ஆ... அப்பா வித்தியாசமானவர்தான். ஆச்சரியமா இருக்கு பாட்டி. தாத்தா உங்களைப் பயங்கரமா நடத்தினார்னு சொல்றாங்க. அப்பா அவங்களைக் கொள்ளாம இருக்கிறது அதிசயம்தான்."

சரோஜினி பதில் சொல்லாமல் வெளியே பார்வையைப் பதித்தாள்.

"தாத்தா உங்களை நடத்தற கேவலத்தைப் பார்த்துப் பார்த்து அப்பா அவருக்கு நேர் எதிரிடையாக மாறியிருக்கணும் இல்லையா பாட்டி?"

"இருக்கலாம்!" என்று சரோஜினி புன்னகைத்தாள் மிக லேசாக.

தீவிரமான யோசனையுடன் அருணா வண்டியைச் செலுத்திக் கொண்டிருந்தாள்.

"உங்க காலத்திலே அப்படித்தான் நடந்துக்கணும் என்கிற நினைப்பிலே ஆண்கள் அப்படி நடந்துக்கிட்டாங்க. அதைப் பெண்களேகூட வாயை மூடிக்கிட்டு ஆதரிச்சாங்க, படிப்பில்லாததாலே. படிச்சு மாறியிருக்கிற இந்தக் காலத்துப் பெண்களாலே எப்படிப் பொறுத்துக்க முடியும்?"

சரோஜினி அனுதாபத்துடன் அவளுடைய தொடையில் கையை அழுத்தினாள். "அப்பா சொல்றாங்க! அம்மா சொல்றாங்கன்னு நானும் பொறுத்துப் பொறுத்துப் பார்த்தேன். ஒருநாள்கூட நேரத்துக்கு வீட்டுக்கு வரதில்ல. வந்தா கண்ட பெண்களைக் கூட்டிக்கிட்டு வந்து என் எதிரிலேயே சல்லாபிக்கிறது. இவங்க குணம் தெரிஞ்சு இவங்க சிநேகிதங்க எங்கிட்ட அனுதாபமாப் பேசினாங்கன்னா என்னையே சந்தேகிக்கிறது! நா அவர்களோடு தகாத உறவு வெச்சிருக்கேன்னு சொல்றது! எப்படியிருக்கு கதை!"

'எவ்வளவு முறை இதைச் சொல்லிச் சொல்லி இவள் புலம்புவாள்' என்கிற பச்சாதாபத்துடன் சரோஜினி மெல்லக் கேட்டாள்.

"இது எனக்குத் தெரிஞ்ச கதை. தெரியாததைச் கேக்கறேன், அந்த சங்கரோட உனக்கு உண்மையிலே நெருக்கம் இருந்ததா? இப்பவும் இருக்கா?"

"பிரபாகர் நினைச்ச விதத்திலே இல்லே" என்றாள் அருணா லேசான கோபத்துடன். "இப்பவும் இல்லே. ஆனா பாட்டி, பிரபாகர் அந்த மாதிரி சந்தேகப்பட்டு என்னை ஏசறப்போ, அவரை பழிவாங்கற மாதிரி நிஜமாவே நா அப்படி ஒரு உறவை வெச்சுக்கிட்டா என்னன்னு எனக்கு ஆத்திரம் வரும். அங்கேயே தொடர்ந்து இருந்திருந்தேன்னா செஞ்சாலும் செஞ்சிருப்பேன்."

சரோஜினிக்கு மனசு லேசாக நடுங்கிற்று. மனச் சாளரங்கள் படபடத்தன.

——

9

மனத்தில் பொங்கிய ஆத்திரத்தில் அரிசி புடைத்துக் கொண்டிருந்த கைகளிலும் விரல் நுனிகளிலும் நடுக்கம் கண்டன. நெஞ்சுக்குள் 'ஓ'வென்று ஒரு ஆங்காரம் ஓலமிட்டது. சற்று தள்ளிப் பல்லாங்குழி ஆடிக்கொண்டிருந்த லக்ஷ்மி இடையிடையே தன்னைப் பார்ப்பதை உணர்ந்து சரோசி தன்னைக் கட்டுப்படுத்திக் கொண்டாள்.

லக்ஷ்மிக்குக் கல்யாணமாகி பொங்கலுக்குச் சீராடப் பிறந்தகம் வந்திருந்தாள். வீட்டில் அண்ணனும் புதியவளும் செய்யும் அட்டகாசத்தைப் பார்த்துக் கொண்டுதான் இருக்கிறாள். 'வாயை மூடிக்கொண்டு இவளையும், மற்றதுகளையும் கூடப்பிறந்தவங்களைப் போல பிரியத்தோடு கவனிக்கிறேன். ஒண்ணுக்காவது நம்ம மேலே அனுதாபம் இருக்காது? இது என்ன நன்றி கெட்ட கூட்டம்? வாயை மூடிக்கிட்டு இருக்க இருக்க இந்த வாயில்லாப் பூச்சியை இப்படித்தான் நடத்தணும்னு எல்லாருக்கும் நினைப்பு வந்திடுச்சா?'

பொங்கல் திருநாளுக்கு இன்னும் ஒரு வாரம்தான் இருந்தது. ஏக வேலை இன்னும் இருந்தது. மரகதத்தையும் அவள் கணவன் பொன்னையனையும் தவிர வீட்டில் இருப்பவர் யாருடைய உதவியும் இல்லை. மாமியாருக்குக் கட்டளைகள் இடவே நேரம் சரியாக இருந்தது.

சரோசிக்கு சமையலறை வேலையும் வெளிவேலையுமாக இடுப்பு முறிந்து போயிற்று. இதற்கிடையில் ரத்தினத்திற்கு சிசுருஷை வேறு.

"வாயுப்பிடிப்போ என்னவோ, கண்டந்திப்பிலி ரசம் வெச்சுக்கொடு ரத்தினத்துக்கு" என்று மாமியாரின் உபசரிப்பு வேறு.

தனக்குள் பொங்கிய ஆத்திரத்தை அவள் கண்ணீருடன் விழுங்கிக் கொண்டாள். மாமியார் பேச்சைத் தட்டினால் எல்லார்

முன்னிலையிலும் அவமானப்படுவது ஒன்றுதான் மிச்சம் என்கிற எரிச்சலில் காரசாரமாக ரசம் செய்து வைத்துவிட்டு அரிசி புடைக்க வந்தமர்ந்தாள்.

மேலும் கீழுமாக இறங்கும் அரிசிக்கு நடுவில் அந்தக் கரிய உருவமும் மதர்த்த மார்பகங்களும் பரிகாசக் கண்களும் ஜம்புலிங்கத்துடன் அதை இணைத்த ஆங்காரக் கற்பனைகளும் ஏறி இறங்கின. 'இவ ஒரு புள்ளையை வேறப் பெத்துக் குடுத்துட்டான்னா கொம்பே முளைச்சுடும். மரகதத்துக்கு இந்த வீட்டிலே கிடைக்கிற மரியாதைகூட எனக்குப் பிறகு கிடைக்கப் போறதில்லே!'

அடி வயிற்றிலிருந்து துக்கம் சுருண்டெழுந்தது. 'பிள்ளைத்தாச்சிக்கு எண்ணெய்க் குளிமுறை பார்க்கறதும் குழந்தையைக் கவனிக்கறதும் என் தலையிலேதான் விழப்போகுது!'

பயங்கரமாகக் கற்பனைகள் விரிந்தன. அவள் சுவாரஸ்யமாக அதில் ஆழ்ந்தாள். 'உனக்கு என்ன நா மருத்துவச்சியா என்று ரத்தினத்துடன் சண்டை போட்டாள். அந்த மாதிரி ஒரு புருஷனோட நாள் முழுவதும் படுக்கணும்னா நீயும் ஒரு ரோசம் கெட்டவளாயிருக்கணும்' என்று சபித்தாள். 'தூத்தெறி வெட்கம் கெட்ட ஜன்மங்கள்' என்று காறி உமிழ்ந்தாள்.

"பொங்கலுக்கு ஜவுளி எடுக்கறாங்க. நீங்க பார்க்கப் போறதில்லையா?"

அவள் தூக்கிவாரிப் போட்டு நிமிர்ந்தாள். எதிரில் லேசான புன்னகையுடன் தினகரன் நின்றிருந்தான். 'இவன் எங்கிருந்து வந்தான்?' அவள் திடுக்கிட்டுச் சுற்றுமுற்றும் பார்த்தாள். முற்றத்தில் அவளைத் தவிர யாருமில்லை.

"ஜவுளிக்கடையிலேர்ந்து சரக்கு எடுத்திருக்காங்க. எல்லாரும் பொறுக்கறதுக்குப் போயிருக்காங்க" என்று அவனாக விளக்கினான். "நீங்க போகல்லியா?"

அவனது குரல் மிருதுவாக இருந்தது. அவளை வருடுவது போல் மேனியெல்லாம் சிலிர்த்து கலவரப்படுத்திற்று.

முழங்காலுக்கு ஏறியிருந்த புடவையை சரி செய்தபடி அவள் நடுங்கிய குரலில் சொன்னாள்.

"எனக்கு யாரும் சொல்லவும் இல்லே, வந்து பார்க்கச் கூப்பிடவும் இல்லே."

விநாடி நேர மௌனத்திற்குப் பிறகு அவன் மென்மையாகச் சொன்னான்.

"நா வந்து சொல்றேனில்லே?"

ஆறு மாதங்களுக்குப் பிறகு இவன் இன்று திடீரென்று முளைத்து மகா உரிமையுடன் பேசுவது அவளுக்குக் கூச்சத்தை அளித்தது. சரேலென்று நிமிர்ந்து 'நீ யார் இந்த வீட்டில்!' என்கிற பார்வை பார்த்து அவள் தலையைக் குனிந்து கொண்டாள்.

"ஜம்புலிங்கம்தான் சொல்லச் சொன்னான்."

அவள் திகைப்புடன் அவனை நிமிர்ந்து பார்த்தாள். 'இவன் எதற்கு வந்து வம்பு செய்கிறான்? இவன் சொல்வது நிஜமாக இருக்குமா?'

"எனக்கு வேலையிருக்கு" என்றாள் அவள் தலையைக் குனிந்தபடி. "அவங்களுக்கு என்ன பிடிக்குதோ பொறுக்கட்டும். சமையல் கட்டிலே இருக்கிறவளுக்கு எதுவா இருந்தா என்ன?"

"சமையல் கட்டிலே இருந்தாலும் அரக்கு நிறம் நல்லாயிருக்கும்."

அவள் கலவரத்துடன் நிமிர்ந்தபோது அவன் வெகுவேகமாகத் திரும்பிக் கொண்டிருந்தான்.

திடீரென்று துக்கம் கட்டுக்கடங்காமல் போய் கண்ணீராய்ப் பெருகிற்று. 'எத்தனைக் கேவலமாகப் போய்விட்டேன்' என்று பிரலாபம் எழுந்தது. 'எனக்கு இந்த வீட்டிலே ஒரு கௌரவமும் இல்லேங்கற துணிச்சல்லேதானே இவன் இப்படிப் பேசறான்' என்று உடம்பு கூசிற்று.

கூடம் ஏகக் கலகலப்பாக இருந்தது. அதற்கும் தனக்கும் ஏதும் சம்பந்தமில்லை என்கிற ஏக்கத்துடன் அவள் பரபரவென்று

புடைத்து முடித்த அரிசியை சாக்கில் நிரப்பிக் கட்டி வைத்தாள். முற்றத்தை சுத்தம் செய்துவிட்டு சமையற்கட்டிற்கு விரைந்தாள்.

தளைத்துக் கொண்டிருந்த உலை நீரில் அரிசியைக் களைந்து கொட்டுகையில் பழைய வார்த்தைகள் நினைவில் மோதின.

'ஜம்புலிங்கம் ஒரு மடையன்! தன்கிட்ட இருக்கிற பொக்கிஷத்தைப் பத்தித் தெரிஞ்சுக்காதவன்.'

சுயபச்சாதாபத்தில் அவளுக்குக் கண்களில் நீர் நிரம்பிற்று. 'நம் புருஷனை வெளி ஆள் ஒருத்தன் மடையன் என்று சொல்லும் நிலைமை வந்ததே' என்று சீற்றம் ஏற்பட்டது.

தன்னைவிட ரத்தினம் எந்த விதத்தில் உசத்தி என்று ஆத்திரம் பொங்கிற்று, 'அவளுடைய மதர்த்த உடம்பைப் பார்த்துக் குழந்தைகள் பெற்றுக் கொடுப்பாள் என்கிற நம்பிக்கையில் அழைத்து வரப்பட்டவள். நம்மால் முடியாத காரியத்தைச் செய்து முடிக்க வந்தவள். அந்த வகையில் அவள் உசத்திதான். இன்னொருத்தன் கண்ணுக்கு நான் எப்படிப் பட்டால் என்ன?'

"அண்ணி!" என்ற லக்ஷ்மியின் குரல் கேட்டு அவள் திரும்பினாள்.

லக்ஷ்மியின் கையில் இரண்டு பட்டுப் புடவைகள் இருந்தன. ஒன்று அரக்கு, மற்றொன்று நீலம்.

"இதிலே உங்களுக்கு எது பிடிச்சிருக்கோ அதை எடுத்துக்கச் சொல்றாங்க" என்றாள்.

சரோசிக்கு அதிசயமாக இருந்தது. அவள் இஷ்டத்தை இதுவரை யாரும் கேட்டதில்லை. மனசு சட்டென்று இளகி லேசாயிற்று. அதரங்களில் புன்னகைகூட மலர்ந்தது. ஏதோ நினைவில் கன்னங்களில் செம்மை ஏறிற்று.

"அரக்கு நல்லாயிருக்கு" என்றாள்.

"ரத்தினம் அண்ணி நீலம் எடுத்துக்கிட்டிருக்காங்க."

"எனக்கு அரக்கிருக்கட்டும்" என்றாள் அவள் நறுக்கென்று.

"உங்க இஷ்டம்" என்றபடி லக்ஷ்மி நகர்ந்தாள்.

பண்டிகையின் வரவில் கொல்லையிலிருந்து வாசல்வரை வீடு விழாக்கோலம் பூண்டிருந்தது. அந்த கோலாகலத்தில் சரோசியின் சொந்த விருப்பு வெறுப்புகள்கூட மறந்து போயின.

"இந்த முறை ரெண்டு பேருமா சேர்ந்து பொங்கல் பொங்கணும்" என்று ரத்தினத்தையும் அவளையும் பார்த்து மாமியார் சொல்லியிருந்தாள். போகியன்று வழக்கத்தைவிட சீக்கிரம் எழுந்து மரகதத்தை எழுப்பி வெந்நீர் அடுப்பைப் பற்ற வைக்கச் சொல்லி வெடவெடக்கும் குளிரில் சரோசி கிணற்று நீரில் குளித்துவிட்டு வந்தாள். பூஜை அறையில் விளக்கேற்றி வைத்து வெளியில் வரும்போது மாமியார் எதிர்பட்டாள்.

"ரத்தினம் எழுந்திரிச்சி வந்தாளா?" என்றாள்.

"நான் பார்க்கல்லே" என்று சரோசி தலைநிமிராமல் தன் வேலையைக் கவனிக்கச் சென்றாள்.

"எவ்வளவு நேரம் தூங்குவா நாளும் கிழமையுமா?" என்று முணுமுணுத்தபடி மாமியார் உள்பக்கம் சென்றாள்.

சற்றுநேரத்தில் கடுகடுப்போடு திரும்பி வந்தாள்.

"விடிஞ்சதும் விடியாததுமா மூலையிலே உட்கார்ந்திருக்கா. நீதான் வழக்கம் போல எல்லாம் செய்யணும்" என்றாள்.

சரோசிக்கு ஒரு அர்த்தமற்ற சந்தோஷமும் திருப்தியும் ஏற்பட்டது.

"சரி" என்றாள் பதவிசாக.

புதிய உற்சாகத்துடன் வாசலிலிருந்து கொல்லைவரைப் பொடிக்கோலம் போட்டாள். சிரித்த முகத்துடன் பண்டிகைப் பணியாரங்களைச் செய்தாள். மாமியார்கூட இன்று அவளிடம் சௌஜன்யமாக நடந்து கொண்டாள்.

மறுநாள் பொங்கல் பானை கொல்லை முற்றத்தில் பெரிய அடுப்பின்மேல் அவளும் ஜம்புலிங்கமும் ஏற்ற, கோலாகலமாய்

அமர்ந்தது. அன்று சரோசி தன்னை கவனமாக அலங்கரித்துக் கொண்டிருந்தாள். தலையில் பூச்சூட்டி கண்ணுக்கு மை எழுதி அரக்குப் புடவையில் தனிச் சோபை ஏற்பட்டிருப்பதாக அவளுக்கே பட்டது. பாதி பூஜையின் போதுதான் தினகரனும் வந்திருப்பதை கவனித்தாள். இடையில் பார்வை சந்தித்தபோது அவன் கண்களில் வழக்கமான கேலியா சிநேகிதமா என்று புரியாத ஒரு பாவம் தெரிந்தது. அடிவயிற்றில் ஒரு கலவரம் ஏற்பட்டது. 'இன்னும் இரண்டு நாட்களுக்குத்தான் உனக்குப் பவிசு. அது தெரியாமல் ஆட்டம் போடுகிறாயே' என்று சொல்வது போல் இருந்தது.

புதிதாக விழிப்பு ஏற்பட்டது போல இருந்தது அவளுக்கு. 'இன்றைக்கு ரத்தினம் மட்டும் பூஜையில் கலந்து கொள்ளும் நிலையில் இருந்திருந்தால் நம்மை இன்று யார் லட்சியம் செய்திருக்கப் போகிறார்கள்' என்று முதல் முறையாகப் பட்டது. 'சமையலறையை விட்டு வெளியே வரக்கூட சந்தர்ப்பம் கிடைத்திருக்காது...'

'சீ, நா ஒரு ரோசம் கெட்டவ' என்று தன்னையே வெறுத்துக் கொண்டாள். திடீரென்று இந்தக் கோலாகலமும் காலையிலிருந்து மனத்தில் பொங்கிய உற்சாகமும் அர்த்தமற்றவை என்று தோன்றிற்று.

கூடம் இன்று நிரம்பி வழிந்ததால் அவள் இரவு உக்கிராண அறையை ஒட்டினாற்போல் இருந்த அறையில் படுத்தாள். தூக்கம் வராமல் புரளுகையில் யாரோ உசுப்பினார்கள். அவள் அலறி அடித்துக்கொண்டு எழுந்து உட்கார்ந்தாள். ஜன்னல் வழியாக வந்த நிலா வெளிச்சத்தில் ஜம்புலிங்கம் வந்திருப்பது தெரிந்தது.

"வா என்னோடு படுக்க" என்றான்.

குபீரென்று ஒரு அவமானம் ஜ்வாலையாக நாபியிலிருந்து எழுந்தது. இதுநாள்வரை வெளிப்படாத ஒரு தீரத்துடன்,

"கிட்ட வராதீங்க" என்று சீறினாள்.

“வெட்கமாயில்லே உங்களுக்கு, இரண்டு நாளைக்காக என்னைத் தேடிக்கிட்டு வர?”

“சரிதாண்டி, நா உன் புருஷன் என்கிறது ஞாபகமிருக்கில்லே? நா கூப்பிடும் போது நீ வரத்தான் வேணும்.”

“மாட்டேன்” என்றாள் அவள் அழுத்தமாக. “அதுக்கு வேற ஆளைப் பாருங்க.”

பிறகு அவள் சரேலென்று அவனைத் தாண்டி கூடத்திற்குச் சென்று குழந்தைகளுக்கு நடுவில் படுத்துக்கொண்டாள்.

——

10

கார்த்திகேயனும் நளினியும் ஏதோ வாதாடிக் கொண்டிருந்தார்கள். அதில் தானும் கலந்துகொள்ளக் கூடாது என்கிற தீர்மானத்துடன் சரோஜினி மௌனமாக இருந்தாள்.

"அருணாவைப் பத்தித் தொணதொணக்கிறதை நீ நிறுத்திக்கணும்" என்றார் கார்த்திகேயன். "அவளுக்கு வயசாகுது. அவ ஒரு தனி மனுஷி என்கிறதே உனக்கு மறந்துடுது."

"இதப்பாருங்க, ஒரு கூட்டத்திலே இருக்கும்போது யாரும் தனி மனுஷியாவோ மனுஷனாவோ இருக்க முடியாது. கூட்டம் நம்ம நடவடிக்கைகளைப் பத்தி என்ன நினைக்கும் என்கிற யோசனையும் இருக்கணும், பயமும் இருக்கணும்."

"இப்ப என்ன செய்யணுங்கறே?" நளினி தலையைக் குனிந்துகொண்டு முணுமுணுத்தாள்.

"அந்த சங்கரோடு சுத்தறதை நிறுத்தச் சொல்லுங்க, நா ஏதாவது சொன்னா ஏடாகூடமா பதில் சொல்றா."

"நீதான் ஏடாகூடமாப் பேசறே நளினி!" என்றார் கார்த்திகேயன் கோபத்துடன். "மனசாலே கஷ்டப்பட்ட பெண்ணுக்கு நீ அனுதாபம் காட்டாம ஊர் உலகம் என்ன பேசும் என்கிற கவலையிலேயே இருக்கே."

கார்த்திகேயன் மேற்கொண்டு அங்கு நில்லாமல் மாடிக்குச் சென்றார். சரோஜினிக்கு வருத்தமாக இருந்தது.

அவள் பார்த்தவரை கார்த்திகேயனுக்கும் நளினிக்கும் அபிப்பிராய பேதமே இருந்ததில்லை. எந்த வாக்குவாதமும் அவள் காதுவரை எட்டியதில்லை. இப்பொழுது நளினி ஒரு அநாவசிய பிரமையில் தன்னை ஆழ்த்திக்கொண்டு கார்த்திகேயனுக்கும் சங்கடத்தைக் கொடுப்பது வருத்தத்தை ஏற்படுத்திற்று.

'சங்கருடன் அருணாவுக்கு வெறும் சிநேகிதம்தான், வேறு எந்தப் பிணைப்பும் இல்லை என்றால் இவள் நம்புவாளா' என்று விசனமேற்பட்டது.

நளினி ஓசைபடாமல் அழுது கொண்டிருந்தாள். சரோஜினி மெள்ள எழுந்து அவளருகில் சென்றாள். அவளுடைய தொடையில் கையை வைத்து,

"இதப்பார், நா உன்னைவிடப் பெரியவ என்கிற உரிமையிலே சொல்றேன். கொஞ்சநாளைக்கு உன் சிநேகிதிகளை சந்திக்கிறதையும் உங்க 'சிட்டி பார்ட்டி'க்குப் போறதையும் நிறுத்திக்க. ஒவ்வொரு முறையும் நீ அங்க போயிட்டு வந்த பிறகுதான் ரொம்ப சஞ்சலத்திலே இருக்கே."

மறுபடியும் நளினியின் கண்களிலிருந்து நீர் பெருக ஆரம்பித்தது. "சிநேகிதிகள்கிட்டேந்து அப்படி திடீர்னு விலக முடியுமா?"

"உன் பெண்ணைப் பத்தி உன் எதிரவே உன் மனசு நோகும்படியா பேசறவங்களை உன் சிநேகிதிங்கன்னு நம்பறியா?"

சற்ற நேரத்துக்கு நளினி ஒன்றும் பேசவில்லை. பிறகு மெல்லிய குரலில் சொன்னாள்.

"சிநேகிதிங்கதான் நமக்கு நல்லது பொல்லாததை எடுத்துச் சொல்வாங்க."

சரோஜினிக்கு சிரிப்பு வந்தது. "அப்போ நானும் கார்த்திகேயனும் உனக்கு வேண்டாதவங்கன்னு நினைக்கிறியா?"

நளினி மீண்டும் சங்கடத்துடன் தலையைக் குனிந்து கைகளில் முகத்தைப் புதைத்துக் கொண்டாள்.

"எனக்கு ஒண்ணும் புரியல்லேம்மா" என்றாள் மன்னிப்புக் கோரும் குரலில்.

"நீங்களும் உங்க மகனும் அருணாமேல உங்களுக்கிருக்கிற பிரியத்தினாலே உண்மையைப் பார்க்கத் தவறிட்டீங்கன்னு படுது."

"அதெல்லாம் ஒண்ணும் இல்லே, நீ உண்மைன்னு நினைக்கிறது உண்மையில்லேன்னு நாங்க புரிஞ்சுக்கிட்டோம். அவ்வளவுதான். அதைத் தவிர எதுக்குக் கவலைப்படணும் எதுக்குக் கூடாதுன்னு தெரிஞ்சுபோனதால மனசைக் குழப்பிக்காம இருக்கோம்."

சமாதானமாகாதவளைப் போல் நளினி உட்கார்ந்திருந்தாள்.

"இதப்பார், அவளுக்கும் சங்கருக்கும் நீ நினைக்கிற மாதிரியான உறவு இல்லே."

நளினி பதில் சொல்லவில்லை.

"நீ அதை நம்பலேன்னா வேற யாரும் நம்பமாட்டாங்க நளினி."

"உறவு எப்படிப்பட்டதா இருந்தாலும் சங்கரோடு அவ தொடர்பு வெச்சிக்கிறதும் தனியா அவனோடப் போறதும் நல்லாயில்லே. விவாகரத்தான பிறகு இன்னும் ஜாக்கிரதையா இருக்கணும். ஏன்னா சங்கர் கல்யாணமானவன். ஊர் வம்பினாலே அவன் குடும்பத்திலே விரிசல் ஏற்படலாம்."

சரோஜினி பதில் சொல்லாமல் யோசனையில் ஆழ்ந்தாள்.

நளினியின் பேச்சில் அர்த்தம் இருப்பதுபோல் முதல்முறையாகப்பட்டது. சங்கரை அவனுடைய மனைவியுடன் இதுவரை பார்த்ததே இல்லை என்று நினைவுக்கு வந்தது.

"நீ சொல்றது வாஸ்தவம்தான்" என்றாள் மெள்ள. "ஆனா நீ கவலைப்படும்படியா ஒண்ணும் ஆயிடாது. அருணாவுக்கு சங்கர் வெறும் சிநேகிதனே தவிர, வேற எந்தவிதமான எண்ணமும் இல்லே."

"எண்ணம் இருக்கிறதாத்தான் உலகம் சொல்லும். சங்கருடைய மனைவியும் அதை நம்பலாம். அதனாலே வீண் தகராறு ஏற்படும்."

"இதைப்பத்தி நா மெள்ள அருணாகிட்டப் பேசிக்கிறேன். பொறுப்பில்லாமே அவ நடந்துக்கமாட்டா. மனசு வேலையிலே திரும்பின பிறகு அவளுக்கு வேற எதுக்கும் நேரமிருக்காது. சங்கரும் பொறுப்பில்லாதவனா எனக்குத் தெரியல்லே."

நளினியின் முகத்தில் மெல்லிய இளக்கம் தெரிந்தது. ஆனாலும் எரிச்சல் தொனிக்க முணுமுணுத்தாள்.

"பொறுப்புள்ளவனாயிருந்தா எதுக்காக இவ எங்க போனாலும் கூடவே போறான்?"

“சிநேகிதனுடைய மனைவிக்கு ஏற்பட்டுப்போன நிலையை கண்டு அவனுக்கு இரக்கம் இருக்கக் கூடாதா?” என்றாள் சரோஜினி. எதிர்பாராமல் மனச்சாளரம் சற்றே திறந்தது.

தினகரன் புன்னகையுடன் நின்றான். ‘உங்க உடம்பை நீங்க கவனிச்சுக்கல்லேன்னா இங்கே என்னன்னு கேட்க யாருமில்லேன்னு எனக்குத் தெரியும்’ என்றான்.

சரோஜினியின் அதரங்களில் மெல்லிய புன்னகை அரும்பிற்று.

“இரக்கம் இருந்தாலும் நாலு பேர் கண்ணுலே உறுத்தற மாதிரி நடந்துக்கக் கூடாதில்லே?”

சரோஜினியின் பார்வை இன்னும் மனச்சாளரத்தைப் பார்த்தபடி இருந்தது.

“இந்தக் காலத்து குழந்தைங்க நேரிடையானவங்க நளினி. இதைப் பத்தின கூச்சமெல்லாம் அந்தக் காலத்து ஜனங்களுக்குத்தான் உண்டு.”

கூடத்துக் கடிகாரம் ஐந்துமுறை அடித்து ஓய்ந்ததும் அவள் சுயநினைவு வந்தவளாய் எழுந்தாள்.

“சங்கரைக் கண்டா உனக்குப் பிடிக்கல்லே. அவனுடைய சகவாசம் இல்லாம இருந்தா அருணாவுடைய கல்யாணம் நிலைச்சிருக்கும்னு நினைக்கிறே. அதுதான் தப்பு. எப்படியும் கல்யாணம் முறிஞ்சிருக்கும், அல்லது அருணா வேற ஏதாவது செஞ்சிருப்பா. நீ இப்போ இதைப்பத்தியெல்லாம் யோசனை பண்ணிக்கிட்டு உட்காராதே நா கொஞ்சம் தோட்டத்திலே நடக்கிறேன்.”

“சரி உங்ககிட்டே எல்லாப் பொறுப்பையும் விட்டுடப் போறேன். நீங்களே உங்க பேத்தியை சமாளியுங்க. நா கொஞ்சநாளைக்கு வாயைத் திறக்கப் போறதில்லே.”

“அதுதான் நல்லது” என்று கூறிய சரோஜினி சிரித்தாள். “உனக்கும் நிம்மதி, மத்தவங்களுக்கும் நிம்மதி.”

சரோஜினி மேற்கொண்டு அங்கு நில்லாமல் தோட்டத்துக்கு நடக்கத் திரும்பினாள்.

“இந்த இரக்கம், அனுதாபம் என்கிறதையெல்லாம் நா நம்பமாட்டேன்” என்று நளினி தொடர்ந்து முணுமுணுத்துக் கொண்டிருந்தாள்.

“பொம்பளை பலவீனமான நிலையிலே இருக்காங்கற தருணத்தை உபயோகிச்சுப் பார்க்கிற தந்திரம் அது.”

அது காதில் விழாததுபோல் சரோஜினி நகர்ந்தாள்.

கணவனின் பிரியத்தைத் தவிர, வேறு எதையும் அனுபவித்தறியாத நளினி, அனுபவபூர்வமாக இந்த வார்த்தைகளைச் சொல்லவில்லை என்று சரோஜினி நினைத்துக் கொண்டாள். ‘சுயமாகச் சிந்தித்துக்கூடச் சொல்லியிருக்க மாட்டாள். அவளுடைய சிநேகிதிகளின் அனுபவ கணிப்பாக இருக்க வேண்டும்.’

ஐந்து மணி ஆகிவிட்டதால் தோட்டத்தில் குளிர்ந்த காற்று வீச ஆரம்பித்திருந்தது. ‘சற்றுநேரத்தில் பட்சிகள் வீடு திரும்பும் ஆரவாரம் ஆரம்பித்துவிடும். இயற்கையைப் பொறுத்தவரை எது எது எந்தெந்த சமயத்தில் நடக்க வேண்டுமோ அதது லயம் பிசகாமல் எப்படி நடக்கிறது’ என்று சரோஜினி தனக்குள் வியந்தாள். ‘ஒரு நாளைக்கு சூரியன் உதிக்கலேங்கற விஷயமோ, இல்லே, குளிர்காலத்துக்குப் பிறகு கோடைக்காலம் வரலேங்கற விஷயமோ நடக்குதா?’

மேலே ஆகாயத்தையும் தோட்டத்து மரங்களின் அசைவையும் புதிதாகப் பார்ப்பதுபோல சரோஜினி பார்த்தாள். ‘தன்னிச்சை என்கிறதும் யோசனை என்கிறதும் மனுஷனுக்கு இல்லாம இந்தப் பட்சிகளைப் போல இருந்திருந்தா, குழப்பமும் சங்கடமும் கஷ்டமும் நஷ்டமும் இருந்திருக்காது’ என்று நினைக்கையிலேயே ‘நமக்கு வாழத் தெரியல்லேன்னா அதுக்கு யார்தான் என்ன செய்வாங்க’ என்ற எண்ணம் அலுப்புடன் தலைதூக்கிற்று.

அவளுடைய சிந்தனை தடைப்பட்டது. தோட்டத்துக் கதவுக்கப்பால் ஒரு ஆட்டோ ரிக்ஷா வந்து நின்றது. அதிலிருந்து ஒரு இளம்பெண் இறங்கி வந்தாள்.

சரோஜினி கண்களைக் கூர்மையாக்கிக் கொண்டு பார்த்தாள். அந்தப் பெண் தயக்கத்துடன் உள்ளே நுழைந்தாள்.

"யாரும்மா நீ?"

"சரோஜினி அம்மா இருக்கிற வீடு இதுதானே?" என்றாள் அந்தப்பெண்.

"ஆமாம்."

"நீங்கதானா அது?"

"ஆமாம். நீ யாரு?"

"என் பெயர் சியாமளா, எங்க தாத்தா உங்க கிராமத்தைச் சேர்ந்தவங்க. இங்கே வந்திருக்காங்க சிகிச்சைக்கு, உங்களைப் பார்க்கணும்னு சொன்னாங்க."

சரோஜினிக்கு லேசாகப் படபடத்தது.

"யாரது உங்க தாத்தா?"

"தினகரன்னு பேரு" என்றாள் சியாமளா.

———

11

ஒரு விநாடி திகைப்பிற்குப் பின் சரோஜினி தன்னைச் சமாளித்துக்கொண்டு புன்னகைத்தாள்.

"உள்ளே வாம்மா" என்றாள் பிரியத்துடன். சியாமளா ஒரு கூச்சத்துடன் அவளைத் தொடர்ந்து உள்ளே நுழைந்தாள். உட்காரச் சொன்னதும் தயக்கத்துடனேயே சோபாவின் நுனியில் அமர்ந்தாள்.

இவளுடைய கூச்சம் சுபாவமானது என்று சரோஜினி நினைத்துக் கொண்டாள். மேல் மட்டத்துக்காரர்களிடம் கீழ் மட்டத்துக்காரர்களுக்கு ஏற்படும் கூச்சம்.

சாப்பாட்டு அறையைக் கடந்து சமையலறையில் எட்டிப் பார்த்தாள். முருகையன் தினத்தந்தியில் ஆழ்ந்திருந்தான். அவளைக் கண்டதும் விருக்கென்று எழுந்தான்.

"என்ன வேணும் பெரியம்மா?" என்றான்.

"கொஞ்சம் காப்பியும் பலகாரமும் கொண்டா, ஒரு ஆளுக்கு" என்றாள்.

"சரி" என்றான் முருகையன். "யாராச்சும் வந்திருக்காங்களா?"

"ஆமாம்" என்று புன்னகைத்துத் தயக்கத்துடன் சரோஜினி சொன்னாள்.

"உனக்கு நினைவிருக்குமோ என்னவோ? நம்ம கிராமத்திலே தினகரன்னு ஒரு ஐயா இருப்பார். அவங்க பேத்தி வந்திருக்கா."

"என்ன அப்படிச் சொல்லிட்டீங்க, நல்லா நினைவிருக்கு. தொடர்பு விட்டுப்போய் ரொம்ப நாளானாலும்... நா பலகாரம் கொண்டு வரேன், நீங்க போங்க!" என்றான் அவன் உற்சாகத்துடன்.

அதரங்களில் புன்னகை மறையாமலேயே சரோஜினி சியாமளாவின் அருகில் வந்தமர்ந்தாள்.

"நா தினகரனுடைய ஒரே பெண் வயிற்றுப் பேத்தி" என்றாள் சியாமளா.

“ஒரு மகதானா அவருக்கு?” என்றாள் சரோஜினி வியப்புடன்.

“இல்லே, எனக்கு ஒரு மாமனும் இருந்தாராம். இறந்து போயிட்டாங்க சின்னவயசிலே.”

இமைகள் லேசாகப் படபடக்க சரோஜினி தலையைக் குனிந்து கொண்டாள். இனம்புரியாத துயரம் ஆட்கொண்டது.

“கிராமத்திலே வைத்திய வசதி இல்லே, தாத்தாவைக் கவனிச்சுக்க ஆளும் இல்லேன்னு இங்கே வரச்சொன்னேன்.”

“என்ன உடம்பு?”

“வயசான கோளாறுதான்” என்று சியாமளா புன்னகைத்தாள். “எண்பது வயசாகுதில்லே?”

தினகரனின் ஆரோக்கியமான உடலும் பரிகாசம் நிறைந்த புன்னகையும் பார்வையும் ஒரு வினாடி மனத்தில் நிழலாடின. ‘எண்பது வயசாகுதா? ஆ எனக்கே எழுபத்தி அஞ்சு...’

“அவங்க வயசுக்குத் தாத்தா நல்லாத்தான் இருக்காங்க, பார்வை கூர்மையாயிருக்கு.”

‘அவங்க பார்வை எப்பவுமே கூர்மை’ என்று சரோஜினி தனக்குள் சொல்லிக் கொண்டாள்.

அந்தப் பெண் வெகுளித்தனமாக விடாமல் பேசிக்கொண்டு போனாள்.

“கொஞ்சநாளா சுவாசம் விடறது கஷ்டமா இருக்கு. இங்கே காண்பிக்கலாம்னு வரச்சொன்னேன். பெண் வயிற்றுப் பேத்தியானா என்ன, என்கூட இருக்கக் கூடாதான்னு வற்புறுத்தி அழைச்சிட்டு வந்தேன்.”

சரோஜினி அவள் தோளை அணைத்து, “ரொம்ப நல்ல காரியம் பண்ணினே” என்றாள் வாத்சல்யத்துடன்.

“எத்தனை நாளாச்சு அவங்க இங்க வந்து?”

“ஒரு மாசம் ஆகுது!”

"அடேயப்பா ஒரு மாசமா? ஏன் இத்தனை நாள் சொல்லல்லே?"

"இத்தனை நாள் சிகிச்சைக்காக ஆஸ்பத்திரியிலே இருந்தாங்க. இப்பத்தான் வீட்டுக்கு வந்தாங்க, இன்னும் ஒரு வாரத்திலே கிராமத்துக்குத் திரும்பிடறேன்னு பிடிவாதம் பிடிச்சிக்கிட்டிருக்காங்க. இன்னிக்குக் காலையிலத்தான் உங்க விலாசத்தைக் கொடுத்தாங்க."

மார்பு மிக லேசாகப் படபடத்தது. முகபாவத்தில் எதையும் காண்பிக்காமல் சரோஜினி புன்னகை மாறாமல் கேட்டாள்.

"என்ன சொன்னாங்க என்னைப் பத்தி?"

சியாமளா சிநேகிதத்துடன் சிரித்தாள்.

"ரொம்ப உயர்வாச் சொன்னாங்க. நம்ப ஊர் ஜமீன்தாருடைய சம்சாரம். ஆனா, ஜமீன்தாரிணி மாதிரி இருக்கமாட்டாங்க, ரொம்ப எளிமையானவங்க, சமையல் வேலையெல்லாம் அவங்களே செய்வாங்க, வேளைக்கு முப்பது பேருக்குமேல சாப்பிடற வீடுன்னாங்க."

சரோஜினி சிரித்தாள்.

"சமையலுக்கு ஆளே கிடையாது. அத்தனைப் பெரிய வீட்டிலே."

"அதுவும் சொன்னாங்க, உங்க மாமியார் மகாக் கருமியாம். உங்களை பாடாப்படுத்தி வேலை வாங்கினாங்களாம். நீங்க எல்லாத்துக்கும் பொறுமையா இருப்பீங்களாம்."

ஏதோ கதை கேட்பதுபோல் சரோஜினி ஆர்வத்துடன் கேட்டாள்.

"இன்னும் என்ன சொன்னாங்க?"

"நீங்க மகாலக்ஷ்மி மாதிரி அழகா இருப்பீங்கன்னாங்க."

தினகரனின் பார்வை இப்பொழுது தன்மீது பட்டதுபோல் சரோஜினிக்கு முகம் சிவந்தது.

"நாப்பது வருஷம் ஆச்சு, தொடர்பு விட்டுப்போய்."

"அவருக்கு நல்லா ஞாபகமிருக்கு. உங்களுக்கு இல்லையா?"

சரோஜினி சிரித்தாள்.

"ஞாபகங்களைத் தவிர வயசானவங்களுக்கு வேற ஒண்ணும் சொத்து கிடையாது கண்ணு."

"அப்ப உங்களுக்குத் தாத்தாவை நினைவிருக்கு..."

"நல்லா!"

"தாத்தா ரொம்ப சந்தோஷப்படுவார். உங்களுக்கு ஒரு மகன் இருக்கிறதாச் சொன்னாங்க."

"ஆமாம் மகன், மருமகளோடுதான் இருக்கேன். ஒரு பேத்தியும் இருக்கா உன்னைப்போல. மருமகளை அறிமுகப்படுத்தறேன். மகனும் பேத்தியும் வேலைக்குப் போயிருக்காங்க."

முருகையன் பலகாரத் தட்டைக் கொண்டுவந்து வைத்து சியாமளாவை ஆர்வத்துடன் பார்த்தான்.

"இவனும் எங்க கிராமத்தைச் சேர்ந்தவன். சின்னவனாயிருந்தப்ப உங்க தாத்தாவைப் பார்த்திருக்கான்" என்றாள் சரோஜினி.

"பெரியய்யா எப்படியிருக்காங்க அம்மா?" என்றான் முருகையன்.

"அவங்களைப் பார்க்கணும். நீங்க விலாசத்தைக் கொடுத்துட்டுப் போங்க, பெரியம்மா சௌகர்யப்பட்ட போது பார்ப்பாங்க. நானும் இடையிலே ஒரு நடை பார்க்க வருவேன்" என்றான் முருகையன்.

"ஓ! கண்டிப்பா வாங்க" என்று சியாமளா ஒரு சீட்டில் விலாசத்தை எழுதிக் கொடுத்தாள்.

"நளினியைக் கூப்பிடு முருகையன்!" என்று சரோஜினி சொன்னதும் முருகையன் நகர்ந்தான். நளினி வந்ததும் சரோஜினி அவளுக்கு அறிமுகப்படுத்தி வைத்தாள்.

"இவங்க தாத்தா உங்க மாமனாருக்கு ரொம்ப நெருங்கிய சிநேகிதம்" என்றாள்.

"உடம்பு சரியில்லையாம். இங்கே சிகிச்சைக்கு வந்திருக்காங்களாம்."

"உங்களையெல்லாம் பார்க்க ஆசைப்படறாங்க" என்று சியாமளா முடித்தாள்.

"அவசியம் வரோம்மா பார்க்க" என்றாள் நளினி.

சியாமளா நன்றி கூறிவிட்டுக் கிளம்பிச் சென்றதும், நளினி,

"அந்தப் பெண்ணைப் பார்த்தா ரொம்ப சாதாரண குடும்பத்தைச் சேர்ந்தவங்க போலத் தெரியுது?" என்றாள்.

"இருக்கலாம். தினகரனுக்கு அந்தக் காலத்திலே நிலபுலம் இருந்தது. பிறகு எல்லாத்தையும் வித்துட்டு வேற கிராமத்துக்கே போயிட்டாங்க. நமக்குத் தொடர்பு விட்டுப்போய் நாற்பது வருஷமாகுது."

"அடேயப்பா, இத்தனை வருஷம் கழிச்சு அந்த ஆளுக்கு நம்ம ஞாபகம் வந்தது ஆச்சரியமாயிருக்கு. ஏதாவது பண உதவி எதிர்பார்ப்பாங்களோ?"

சரோஜினி சுரீரென்று நளினியை நிமிர்ந்து பார்த்தாள்.

"நிச்சயமா இருக்காது. தினகரன் ரொம்ப மானஸ்தர். அப்படியெல்லாம் எதிர்பார்க்கிற ஆள் இல்லே. நாமாக் கொடுத்தாலும் வாங்கிக்குவார்னு தோணல்லே."

"அவங்க அப்படி நினைக்கல்லேன்னாலும் பேத்தி நினைக்கலாமில்லே!"

'இவள் என்ன இப்படித் தொணதொணக்கிறாள்' என்று சரோஜினிக்கு எரிச்சல் ஏற்பட்டது.

"அப்படி நினைக்கிறவளாட்டம் தெரியல. ஆஸ்பத்திரி சிகிச்சை முடிஞ்சு தினகரன் வீட்டுக்கு வந்திருக்காங்க" என்று மட்டும் சொல்லிவிட்டு மறுபடி தோட்டத்துக்குச் சென்று அமர்ந்தாள்.

——

12

வசதி குறைந்துபோன நிலையில் தினகரனின் குடும்பம் எத்தனை சிரமப்படுகிறதோ என்று மனசு லேசாகப் பரிதவித்தது. மெல்லிய குற்ற உணர்வு சஞ்சலத்தை ஏற்படுத்தியது. 'அவருடைய மேற்படி வைத்திய செலவுக்காவது உதவ முடிந்தால் பட்ட கடனைத் தீர்த்தது போல ஒரு பாரம் இறங்கும். கார்த்திகேயனும் நளினியும் ஒத்துக்கொள்வார்களா? நாற்பது வருஷங்கள் தொடர்பே இல்லாமல் இருந்த, அவர்கள் பார்த்தே இராத ஒரு நபருக்கான வைத்திய செலவை ஏன் ஏற்க வேண்டும்? இது என்ன தர்மசத்திரமா என்று கேட்க மாட்டார்களா?'

நினைக்க நினைக்க மனசில் இனம்புரியாத ஒரு ஆதங்கம் பிரவாகமாகப் புறப்பட்டது.

அருணா இன்னும் வரவில்லை. பட்சிகளின் ஆரவாரம் செவியைப் பிளந்தது. சரோஜினி சற்றுநேரம் தன்னுள் லயித்த ஞாபகங்களில் இருந்து இருள் கூடும் நேரத்தில் தன் அறைக்குத் திரும்பினாள்.

மாலைப் பிரார்த்தனையை முடித்து அவள் தலை நிமிர்ந்தபோது கார்த்திகேயன் அவள் அறையில் நின்றிருந்தார்.

"என்னம்மா என்ன விஷயம்? யார் வந்திருந்தது இன்னிக்கு" என்றார் புன்னகையுடன்.

"நம்ம கிராமத்திலே தினகரன்னு ஒருத்தர் இருந்தாங்க, உங்கப்பாவுக்கு ரொம்ப சிநேகிதம். அவங்க இங்கே வந்திருக்காங்களாம். நம்மைப் பார்க்கணும்னு ஆசைப்படறாங்களாம். அவங்க பேத்தி வந்திருந்தது" என்றாள் சரோஜினி சாதாரணமாக.

"அந்த ஆளை நா பார்த்திருக்கேனா?"

"இல்லே. ஆனா உங்கப்பாவுக்கு ரொம்ப..."

"சிநேகிதம்னு சொல்றீங்க. வேடிக்கை. ஒரு நாளைக்கு அப்பா காய்ச்சலா படுத்திருந்த சமயத்திலே சொன்னாங்க, தினகரன்னு

தனக்கு ஒரு விரோதி இருக்கிறதா, அவன் பக்கத்திலேயே நீ போகக் கூடாதுனாங்க" கார்த்திகேயன் சிரித்தார்.

"நா அதை அப்பவே மறந்துட்டேன்னு வச்சுக்குங்க!"

சரோஜினிக்கு அடிவயிற்றில் ஏதோ கழண்டு போனாற்போல் இருந்தது.

கார்த்திகேயனின் முகத்தில் பிரத்யேக பாவம் ஏதும் தெரியவில்லை. எதேச்சையாகச் சொன்னது போல்தான் அமைந்தது.

அவள் சட்டென்று தன்னை சமாளித்துக்கொண்டு கம்பீரமானாள். மெல்லிய புன்னகைகூட அதரங்களில் அமர்ந்தது.

"உங்கப்பாவை உனக்குத் தெரியுமே கார்த்திகேயா? யார்மேல எப்பக் கோபம் வரும்னு. ஏதாவது விவஸ்தை உண்டா? தினகரன், கூடப் பிறந்தவரைப் போல இருந்தவர். கடைசிக் காலத்திலே உன் அப்பாவுக்கு அவர்மேல தப்பபிப்ராயம் விழுந்து போச்சு."

"ஏன்?" என்றார் கார்த்திகேயன், அசுவாரஸ்யமாய்.

"வியாபாரத்திலே கூட்டாளிகளா?"

"அதெல்லாம் இல்லே."

"பின்னே?"

சரோஜினி ஜன்னலுக்கு வெளியே பார்வையைப் பதித்தாள்.

"தெரியாது" என்றாள் மெள்ள.

"அவங்க கோபத்துக்கு விவஸ்தை கிடையாதுன்னு ஆரம்ப காலத்திலேர்ந்து நான் தெரிஞ்சுக்கிட்ட விஷயம். அதுக்குக் காரணம் கண்டுபிடிக்கிறது வேலையத்த விஷயம்னு நா கண்டுக்காம இருந்துடுவேன். இதுக்கும் அப்படித்தான் இருந்தேன்!"

கார்த்திகேயன் சில விநாடிகள் மௌனமாக இருந்தார்.

"அப்பா இறந்தபோது இந்த தினகரன் வந்தாரா?" என்றார்.

இவன் என்ன இத்தனைக் கேள்வி கேட்கிறான் என்று சரோஜினிக்கு வியப்பாக இருந்தது.

"இல்லே. அவங்க ஊரைவிட்டு வேற எங்கோ போயிட்டாங்கன்னு சொல்றேனே! செய்தி அனுப்பக்கூட யாருக்கும் விலாசம் தெரியல்லே."

கார்த்திகேயன் ஒன்றும் சொல்லாமல் மௌனமாக உட்கார்ந்திருந்தது என்னவோ போல் இருந்தது.

மெலிதான விசனம் படர்ந்தது. நளினி இவனிடம் என்ன சொல்லியிருப்பாளோ என்று யோசனையேற்பட்டது. வழக்கமில்லாத எரிச்சல் குரலில் தொனித்தது.

"உங்கப்பாவுடைய வார்த்தையைக் காப்பாத்தணும்னு உனக்கு எண்ணம் இருந்தா உன்னை நா கட்டாயப்படுத்தல்லே. முருகையனை அழைச்சிகிட்டு நா போயிட்டு வரேன்."

கார்த்திகேயன் பதற்றத்துடன் அருகில் வந்து அவள்மேல் கையை வைத்தார்.

"மன்னிச்சுக்கங்கம்மா. நா அந்த எண்ணத்திலே பேசல்லே. நீங்க தனியா எல்லாம் போக வேண்டியதில்லே. நா அழைச்சிட்டுப் போறேன் நாளைக்கு."

தான் அனாவசியமாக உணர்ச்சிவசப்பட்டுப் போனதற்கு சரோஜினிக்கு வெட்கமேற்பட்டது.

"உன் சௌகர்யம் போலப் போவோம்" என்றாள் சமாதானமாக.

சற்றுநேரம் வேறு விஷயங்களைப் பற்றிப் பேசிவிட்டு, கார்த்திகேயன் எழுந்தார்.

"உடம்பு சாதாரணமா இருக்கீங்களா?"

"ஓ இருக்கேனே?" என்று சரோஜினி புன்னகைத்து ஜன்னலைப் பார்த்தபடி இருந்த சாய்வு நாற்காலியில் அமர்ந்து கொண்டாள்.

அம்மா இனிமேல் தனிமையைத்தான் விரும்புவாள் என்று உணர்ந்து கொண்டவராய் கார்த்திகேயன் வெளியேறினார்.

ஜன்னல் வழியே மல்லிகை மணத்தை ஏந்தி, சுகந்தமாய் காற்று வீசிற்று. சரசரவென்று இருள் விரிய ஆரம்பித்துவிட்டது. பட்சிகளின் ஆரவாரம் காதைத் துளைத்தது.

சரோஜினியின் அதரங்களில் புன்னகை விரிந்தது.

சாயரட்சை ஆனா சரோசிக்கு இந்தப் பட்சிகளோட சத்தத்தைக் கேக்கறதுதான் பொழுதுபோக்கு. கொல்லைக் கிணற்றடியில் சரோசி அமர்ந்து மாமரத்துக் கிளைகளில் சரசமாடும் கிளிகளை ஆர்வத்துடன் பார்ப்பது இப்பொழுதும் சரோஜினிக்கு நன்றாகத் தெரிந்தது.

சரோசி அண்ணாந்து பார்த்தாள்.

மரம் முழுவதும் குப்பென்று பூத்திருந்தது. அண்ட சராசரமே மணத்தது. அவள் கண்களை மூடிக்கொண்டு ஒரு நீண்ட சுவாசத்தை இழுத்தாள். இந்த மரம் ஏமாற்றினதே இல்லை. ஏதோ சத்தியத்துக்குக் கட்டுப்பட்ட மாதிரி காலம் தவறாமல் பூத்தது, காய்த்தது. அக்கம்பக்கத்து விஷமக்காரக் குழந்தைகளின் கல்லடிக்குத் தப்பிய காய்களைப் பறித்து அவளும் வருஷா வருஷம் ஊறுகாயாகவும், பழமாகவும் மாற்றினாள். சரோசி தோட்டத்தைக் கண்களால் துழாவினாள்.

தோட்டத்து மூலையில் இருந்தது ஒரு மலட்டு மரம். அவளைப் போல வெறும் நிழலுக்காக நின்றது. யாரும் அதை லட்சியம் செய்வதில்லை. நிழல் வேண்டி நிற்பவரைத் தவிர...

அவளையும் இங்கு யாருக்கு நினைவிருக்கிறது சாப்பாட்டு நேரத்தைத் தவிர?

'பசி ஆறணும்னா என் நினைப்பு வரும்' என்று அவள் அலுப்புடன் நினைத்துக் கொண்டாள். ஜம்புலிங்கத்தின் நினைவு வந்ததும் சுரீரென்று வெறுப்புப் பொங்கியது. "என்ன மாதிரி பசியாயிருந்தாலும்" என்று சொல்லிக் கொண்டாள்.

'இவங்க என்னதான் என்னைப் பத்தி நினைச்சுக்கிட்டிருக்காங்க? என் கழுத்திலே தாலி கட்டினதாலே மான ரோசம் எல்லாம் எனக்குப் போயிடும்னு நினைப்பா?'

அவளுக்கு நினைக்க நினைக்க ஆறவில்லை. 'இவங்க கயிறை இழுக்கும் போது ஆட்டுக்கடா மாதிரி பின்னாலே போகணும் என்கிறதுக்கு நா என்ன ஆட்டுக்கடாவா? முன்னே அப்படிப் போனவதான், "இவங்க பெண்ஜாதி நான்னு" எனக்குள்ளே நான் எனக்கு மதிப்பு வெச்சுக்கிட்டப்ப அதுக்கெல்லாம் எதுவும் அர்த்தமில்லை. அந்த ஸ்தானத்திலேர்ந்து உன்னை இறக்க விநாடி நேரம் பத்தாது என்கிறாப்பலே இன்னொருத்தியை எப்ப அழைச்சிட்டு வந்தாங்களோ அப்புறம் என் பதவிக்கு என்ன மதிப்பிருக்கு? வேலைக்காரிக்கு இருக்கிற மதிப்புதானே?'

சரோசிக்கு நினைக்க நினைக்க அவமானம் கண்ணீராய்ப் பொங்கியது.

'கல்யாணம் என்கிறதுக்கு என்னதான் அர்த்தம்? அம்மாவும் அப்பாவும் ஜோசியம் பார்த்து நாள் சோடிச்சு, நகையும் நட்டும் ஆயிரம் விதரணையுமா என்னை இங்கே அனுப்பிச்சு வெச்சதுக்கு என்ன அர்த்தம்? இந்த மரகதம் இங்கு வந்து சேர்ந்த மாதிரி கட்டின சேலையோட வந்திருக்கலாமில்லே? வெளக்கமாத்துக்குப் பட்டுக் குஞ்சலம் எதுக்கு?'

'பேருதான் பெரிசு. ஜமீந்தார் ஜம்புலிங்கத்தின் சம்சாரம்! இது எப்படிப்பட்ட வாசம்னு இங்க வந்து பார்த்தாதானே தெரியும். சென்ற மாதம் அடுத்த ஜில்லாவைச் சேர்ந்த ஜமீந்தாரும் அவருடைய சம்சாரமும் வந்திருந்தார்கள். நகையும் நட்டும் பட்டுச்சேலையுமா ராஜாத்தி கணக்கா இருந்தா. அவளுக்குச் சமதையா உட்கார்ந்து பேசினவ இந்த ரத்தினம்தான். காப்பிப் பலகாரம் கொடுக்கத்தான் நான். என்னை ஒரு பார்வை அடுத்த ஜில்லாக்காரி பார்த்து, ரத்தினத்துக்கிட்ட கிசுகிசுக்கறா.'

"இத்தனை அழகான சமையல்காரி இருந்தா ஆபத்து ரத்தினம், ஜாக்கிரதையாயிரு."

அப்பத்தான் என் முகத்தைக் கவனிச்ச மாதிரி ரத்தினம் ஒரு ஆங்காரப் பார்வை பார்த்து தலைகுனிஞ்சுக்கறா.

நா விருவிருன்னு உள்ளே போகும் போது அவ சொல்றது காதிலே விழுது.

"அது அவங்க மூத்த சம்சாரம். அழகிருந்து என்ன பிரயோஜனம்? மகா விறைச்ச மலட்டு உடம்பு! அலுத்துப் போய்தான் என்னைக் கட்டிக்கிட்டாரு ஐயா. வெறும் மரக்கட்டைம்பாங்க."

கிளுகிளுவென்று சிரிப்பு நெருப்பை வாரிக் கொட்டினது போல் இருந்தது.

சமையலறைக்குச் சென்றதும் கையும் காலும் பதறிப் போனதிலே நிற்க முடியாமல் சரோசி கீழே அமர்ந்து கொண்டாள். காரணம் புரியாத அவமானத்தில் கண்களிலிருந்து நீர் வழிந்தது.

வெறும் மரக்கட்டை...

மொழுமொழுவென்று தந்தமாய் ஒளிர்ந்த தன் கைகளையும் கால்களையும் ஒருமுறை பார்த்துக் கொண்டாள்.

"அழகிருந்து என்ன பிரயோஜனம்?"

'அந்த ரத்தினத்துக்கு என்ன அழகு இருக்குன்னு போய் கட்டிக்கிட்டாங்க' என்ற அவளுடைய ஆத்திரத்துக்கு இதுதான் பதில் என்று புரிந்தபோது, அவளுள் ஒரு குற்ற உணர்வு ஏற்பட்டது. 'புருஷனைத் திருப்திப்படுத்த முடியாதது என்னுடைய குறையில்லையா? அப்படித்தான் அம்மா சொல்வாங்க. "புருஷன் முகம் கோணாம் இணக்கமா நடந்துக்க" என்ற அம்மாவின் உபதேசத்துக்கு இதுதான் அர்த்தம். வாய்க்கு ருசியாகச் சமைக்கவும் இவ்வளவு பெரிய வீட்டைப் பராமரிக்கவும் தெரிந்தால் மட்டும் போதாது. அதை எந்த வேலைக்காரக் கழுதையும் கவனிக்கும்...'

இப்பொழுது இந்த மாமரத்தில் சரசமாடும் கிளிகளைப் பார்த்தபடி உட்கார்ந்திருந்த சரோசிக்கு மெல்லிய தாபம் உடலெங்கும் பரவிற்று. பட்சிகளின் சரசத்தைப் பார்க்கும் போது ஜ்வாலையாகப் பற்றிக் கொண்டது.

'நா மரக்கட்டையில்லே. எனக்கும் நிறைய ஆசையிருக்கு. லக்ஷ்மியும் அவ புருஷனும் இணக்கமா சிரிச்சு கைகோத்துக்கிட்டு உட்கார்ந்திருக்கறதைப் பார்க்கறப்போ நம்ம புருஷன் ஒருநாள்கூட நம்மை இப்படி உட்கார்த்தி வெச்சுப் பிரியமாப் பேசினதில்லேன்னு குறையா இருக்கு. நான் அவங்ககிட்ட கண்டதெல்லாம் மிருகவெறிதான். வேங்கையைப் போலப் பாயற அந்த கருத்த உடம்பைப் பார்க்கையிலே எனக்குப் பயத்தாலே உடம்பு சில்லிட்டுத்தான் போகும். அருவருப்பாலே வெறச்சித்தான் போகும். கட்டையாடுது அதுக்கு நா என்ன செய்யட்டும்?'

'ரத்தினத்துக்கு ஒண்ணும் ஆவல்லேன்னா அவ குணம் அப்பிடி அவளும் ஒரு வேங்கைப் புலியோ என்னவோ!'

மீண்டும் அந்தக் கரிய உடம்பும் மதர்த்த மார்பகங்களும் நினைவுக்கு வந்தன. குமட்டிக் கொண்டு வந்தது.

'அவளுக்கு எண்ணெய் தேய்ச்சுக் குளிப்பாட்ட என்னை இவங்க கூப்பிட்டதுக்கு விசேஷமான அர்த்தம் இருக்கணும். என் மரக்கட்டைத் தனத்தாலே தனக்கேற்பட்ட ஏமாத்தத்துக்குப் பழிவாங்கற விஷயமா இருக்கணும்...'

சரசரவென்று இருள் விரிந்துவிட்டது தெரியாமல் சரோசி கொல்லைக் கிணற்றடியில் உட்கார்ந்திருந்தாள். எல்லாரும் பக்கத்துக் கிராமத்துக்குப் போயிருந்தார்கள். ஏதோ ஒரு உறவுக்காரக் கல்யாணத்துக்கு, வழக்கம் போல் அவளை விட்டுவிட்டு. மரகதமும் அவள் புருஷனும்தான் துணை. அவர்களும் தங்கள் வீட்டுக்குள் சென்று தாழிட்டுக் கொண்டிருந்தார்கள்.

"தனியா இருட்டிலே உட்கார்ந்துகிட்டு என்ன செய்யறீங்க?"

மிருதுவாக ஒலித்த ஆண் குரலைக் கேட்டு சரோசி திடுக்கிட்டுச் சுயநினைவுக்கு வந்தாள்.

தினகரன் நின்றிருந்தான். வழக்கம்போல வேஷ்டியை முழங்காலுக்கு மடித்துக் கொண்டிருந்தான். முழுக்கைச் சட்டையை முழங்கைக்கு மடித்துவிட்டிருந்தான்.

அவள் கூச்சத்துடன் எழுந்தாள். "வேற என்ன செய்ய முடியும்? குருட்டு யோசனைதான்" என்றாள் அவள் மெல்லிய குரலில்.

நிலா வெளிச்சத்தில் அவனது சிரிப்பும், வரிசைப் பல்லும் தெரிந்தன. கண்களில் பரிகாசம் சிமிட்டிற்று.

"அதை இருட்டிலே செய்வானேன்! உள்ளே போய் விளக்கேத்தி வெளிச்சத்திலே செய்யலாமில்ல."

அவள் தலையைக் குனிந்து கொண்டாள்.

"வீட்டிலே யார் இருக்காங்க? வெத்துச் சுவத்தைப் பார்த்துகிட்டுத் தனியா உட்கார்ந்துக்கறதைவிட வெளியிலே துணைக்கு மரங்களும் பட்சிகளும் இருக்கும்."

ஒரு விநாடி அவன் நின்று அவளைக் கூர்மையாகப் பார்த்தான்.

"மனுஷ துணைக்கு நா வந்திருக்கேன் வாங்க, ரேழியிலே உட்கார்ந்தே பேசலாம். நா வீட்டுக்குள்ளே வரல்லே."

கண்யமானவன்தான் என்கிற சமாதானத்துடன் அவள் நடந்தாள். இருட்டில் எதன்மீதோ தடுக்கிக் கீழே விழப்போனாள். அவன் சட்டென்று அவளை இரண்டு கைகளாலும் தாங்கிக் கொண்டான்.

"என்ன? யோசனைதான் குருடுன்னு நினைச்சேன்?" என்றான்.

அவளுக்குச் சிரிப்பு வந்தது. அதே சமயத்தில் சப்தஸ்வரங்களை மீட்டி விட்டாற்போல் உடம்பின் உயிரணுக்கள் எல்லாம் அந்த ஸ்பரிசத்தில் சிலிர்த்து எழுந்தன. ஜம்புலிங்கத்தின் ஸ்பரிசத்தில் தன் உடம்பு இப்படிச் சிலிர்த்ததே இல்லை என்கிற பிரக்ஞை திகைப்பைத் தந்தது.

"என்ன பாட்டி இருட்டிலே உட்கார்ந்துகிட்டு என்ன செய்யறீங்க?"

சரோஜினிக்கு நிகழ்காலத்துக்கு வர சிறிது நேரம் பிடித்தது.

பளிச்சென்று குழல் விளக்கின் வெளிச்சத்தைப் பரப்பிவிட்டு எதிரில் நின்ற அருணாவைப் பார்த்து மெல்லிய புன்னகையுடன், "வா கண்ணு!" என்றாள். "வேலையா வெட்டியா எனக்கு? வெறும் குருட்டு யோசனைதான்."

மீண்டும் அந்த வார்த்தைப் பிரயோகத்தில் புன்னகை சிரிப்பாக மலர்ந்தது.

——

13

அருணா சில வினாடிகள் அவளைக் கூர்ந்து பார்த்தாள்.

"என்னமோ பலத்த யோசனையிலே இருக்கற மாதிரி இருக்கு உங்களைப் பார்த்தா. அப்படி என்னதான் யோசிப்பீங்க பாட்டி."

அருணாவின் ஆர்வத்தில் ஒரு பரிகாசமும் இழையோடினாற்போல் இருந்தது.

"அதான் சொன்னேனே. உப்பு சப்பில்லாத சமாச்சாரம். இந்த வயசிலே எனக்கென்ன யோசனை?"

அருணா மெலிதாகப் புன்னகைத்தாள். "எனக்கென்னவோ உங்க நினைப்புகள் ரொம்ப சுவாரஸ்யமா இருக்குனு தோணுது. அம்மாவைப் பார்த்தா அப்படித் தோணல்லே."

"ஏன் அப்படி?"

"அம்மாவுடைய அனுபவங்கள்லாம் சாதாரணமானதுன்னு தோணுது. சுலபமாகக் கிடைச்ச சௌகர்யமான வாழ்க்கை. அதனாலேயே ஆழமா சிந்திக்கிற பழக்கம் அம்மாவுக்கு இல்லே."

"எனக்கு மட்டும் என்ன படிப்பு எழுத்தறிவில்லாதவ, உங்கம்மா படிச்சவ."

"படிப்புக்கும் சுவாரஸ்ய மனசுக்கும் சம்பந்தமில்லேன்னு எனக்குத் தோணுது பாட்டி. உங்க சுபாவத்தைப் பொறுத்தது அது. எத்தனை தூரம் ஒரு சந்தர்ப்பத்தாலே மனசு பாதிக்கப்படறதுங்கறதைப் பொறுத்தது."

மனசு லேசாகச் சிலிர்த்தது. ரத்தம் சூடேறிப் போவது போலத் தோன்றிற்று. தன்னைச் சமாளித்துக்கொண்டு சரோஜினி புன்னகைத்தாள்.

"எனக்கு அதெல்லாம் புரியுது அருணா. என்னைப் போல எத்தனையோ பெண்களுடைய வாழ்க்கை இருந்திருக்கும்.

எல்லோரும் வாயை மூடிக்கிட்டு செக்குமாடுகணக்காதான் இருக்க வேண்டி வந்தது அந்தக் காலத்திலே..."

அருணாவின் பார்வையில் ஒரு தயக்கம் தென்பட்டது.

"உங்களுக்குக் கோபமே வந்ததில்லையா பாட்டி?"

கனவிலிருந்து விழித்துக் கொண்டவள்போல சரோஜினி மெல்லக் கேட்டாள்.

"யார்மேல?"

"தாத்தாமேலதான். நீங்க கர்ப்பமா இருந்தப்பக்கூட பெல்டாலே அடிப்பாங்களாமே!"

சரோஜினி தலையைக் குனிந்து கொண்டாள். மனச்சாளரம் சற்றே திறந்தது. ரௌத்திராகாரமாய் ஜம்புலிங்கம் கையில் கரியநிற பெல்ட்டுடன் நின்றான்.

"திமிர் பிடிச்ச கழுதை, திமிர் பிடிச்ச கழுதை..."

'எத்தனைமுறை சாட்டை விழுந்திருக்கும் முதுகில்? நினைவில்லை.'

திமிர் பிடிச்ச கழுதையின் வாயிலிருந்து வார்த்தைகள் வராது. அதற்குத் தனக்கு ஏதும் அதிகாரமில்லை என்று உறுதிப்பட்டது போல...

சரோஜினி ஜன்னல் வழியே தெரிந்த கரிய வானத்தைப் பார்த்தாள்.

"கோபப்பட்டு அப்பல்லாம் ஒண்ணும் லாபமில்லே கண்ணு. வீம்பு வேணாப் பிடிக்கலாம்..."

"பிடிச்சீங்களா?"

"நிறைய! அதுக்குத்தான் அடியும் உதையும்!"

சரோஜினியின் அதரங்களில் புன்னகை விரிந்திருந்தது.

"என்ன மாதிரி வீம்பு?"

"ஆ அதெல்லாம் ஞாபகமில்லே எனக்கு..."

நளினி கைகொட்டிச் சிரித்தாள். "ரொம்ப சாமர்த்தியக்காரங்க நீங்க!"

சரோஜினி மறுபடி தலையைக் குனிந்து கொண்டாள்.

"ஒண்ணும் புரியல்லே கண்ணு. சாமர்த்தியம் என்கிறதெல்லாம் ஏமாத்து வார்த்தைன்னு தோணுது. என்ன சாதிக்கிறோம் அதனாலேன்னு தெரியல்லே."

"ஏன் பாட்டி? நமக்குன்னு ஒரு தனிப்பட்ட மனசிருக்குன்னு காண்பிக்கலாமில்ல?"

சரோஜினி சற்றுநேரம் எதுவும் பேசாமல் அருணாவைப் பார்த்தாள். யதார்த்தத்துக்கு அப்பொழுதுதான் திரும்பியவள் போல் அவளது இரண்டு கைகளையும் பற்றி மென்மையாகச் சிரித்தாள்.

"ஆமாம் கண்ணு. ஆனா அந்தத் திருப்தி நமக்கு மட்டும்தான்!"

அருணா குனிந்து பாட்டியின் நெற்றியில் முத்தமிட்டாள்.

"அது போதும் பாட்டி!"

அவள் குரலிலிருந்த ஏதோ ஒன்று சரோஜினியைத் தாக்கிற்று. அருணாவின் வெளித்தோற்றத்துக்கும் வார்த்தைகளுக்கும் அவள் மனத்தளவு பட்ட அடிக்கும் சம்பந்தமில்லை என்று தோன்றிற்று.

"உக்காரு, இன்னிக்கு என்ன நடந்ததுன்னு சொல்லு, ஏன் இத்தனை நாழி வரதுக்கு."

"வேலை சுவாரஸ்யமாயிருக்கு பாட்டி இன்னிக்கு ஏதோ பிலிம் காண்பிச்சாங்க. வீட்டுக்கு வந்துதான் என்ன செய்யப் போறேன்னு அங்கேயே இருந்து பார்த்துட்டு வந்தேன்."

"சரிதான், ஒரு போன் செஞ்சிருக்கலாமில்லே?"

அருணா தலையைக் குனிந்தபடி முணுமுணுத்தாள்.

"மறந்து போச்சு"

சில விநாடி மௌனத்திற்குப் பிறகு சரோஜினி மெல்லச் சொன்னாள்.

"உங்கம்மாமேல எத்தனை நாளைக்குக் கோபமா இருக்கப்போறே?"

"நிஜம்மாவே மறந்து போச்சுப் பாட்டி."

"அந்த மறதிக்கு அந்தக் கோபம் காரணமாயிருக்கலாம். தவிக்கட்டுமே கொஞ்சநேரம் என்கிற நினைப்பு. ஆனா, ஒண்ணு உனக்கு மறந்து போயிடுது. அவமட்டும் தவிக்கறதில்லே இங்கே. எல்லோருக்கும் பொதுத் தண்டனை அது..."

அருணா சிரித்தாள்.

"ஸாரி பாட்டி இனிமே போன் பண்ண மறக்க மாட்டேன்."

"சங்கரை இன்னிக்குப் பாத்தியா?" என்றாள் சரோஜினி எதேச்சையாகக் கேட்பது போல.

"இல்லையே! ஏன்? ஒரு வாரமாச்சு நா அவரைப் பார்த்து!"

"அவன் பெண்ஜாதியை நா பார்த்ததில்லே. அழைச்சிட்டு வரச்சொல்லேன்."

"சொல்றேன். ஆனா அவங்களுக்கு நேரமிருக்காது. டாக்டர் வேலை பார்க்கறாங்க."

"ஓ! அதானா அவளை அவன் இந்தப் பக்கம் கூட்டிக்கிட்டே வர்றதில்லே!"

"ஆமாம், சாதாரணமா வீட்டுக்கு வரதுக்கு தினமும் ராத்திரி ஏழரை எட்டு மணி ஆயிடும். நானே அதிகம் பார்த்ததில்லே ரொம்ப நெருக்கமானவளானாலும்."

"பார்த்தமட்டிலே, எப்படிப்பட்டவ?" என்றாள் சரோஜினி சாதாரணமாக.

அருணாவின் புருவங்கள் லேசாக உயர்ந்தன.

"ஏன்? ரொம்ப நல்ல மாதிரிதான். நல்ல படிப்பும் பணமும் இருந்தாலும் பெருமை இல்லாம பழகுவாங்க."

கேட்கலாமா கூடாதா என்று யோசித்தபடி சரோஜினி மென்மையான புன்னகையுடன் கேட்டாள்.

"சங்கருக்கும் அவளுக்கும் நடுவிலே இருக்கிற உறவு சுமுகமாகத்தானே இருக்கு?"

திடுக்கிட்டவள் போல் அருணா சரோஜினியைக் கூர்மையாகப் பார்த்து பிறகு பக்கென்று சிரித்தாள்.

"பாட்டி, நீங்களும் அம்மா க்ரூப்லே சேர்ந்துட்டீங்களா?"

சரோஜினிக்கு மெல்லிய அவமான உணர்வு ஏற்பட்டது.

"சும்மாக் கேட்டேன் அருணா."

"நீங்களாக் கேக்கல்லே. அம்மா ஏதோ சொல்லியிருப்பாங்க."

"அம்மா ஒண்ணும் சொல்லல்லே. நானாத்தான் யோசனை பண்ணினேன்."

"என்ன யோசனை?"

"சொன்னா கோபிச்சுக்க மாட்டியே?"

"உங்கக்கிட்ட எனக்கெப்படிக் கோபம் வரும்?"

"ஒண்ணுமில்லே..." என்று சரோஜினி லேசாக இழுத்தாள். "அந்த சங்கருக்குக் கல்யாணமாகல்லேன்னு நினைச்சிருந்தேன். நல்ல பையனாத் தெரியறான். உங்கிட்டப் பிரியமா இருக்கான், நீயும் அவனும் கல்யாணம் செஞ்சுக்கலாமேன்னு நினைச்சேன்."

அருணா செல்லமாக சரோஜினியின் தலையில் ஒரு தட்டுத்தட்டிச் சிரித்தாள்.

"சரியான குருட்டு யோசனைதான். இந்த மாதிரி யோசனைதான் நாள் முழுக்க செய்துகிட்டிருக்கீங்களா? நல்லவேளை சங்கர் எதிரே சொல்லாம இருந்தீங்க. சங்கரும் மல்லிகாவும், ரொம்ப ஒத்துமையான தம்பதிங்க. சங்கரும் நானும் வெறும் சிநேகிதங்கதான்னா நீங்கள்ளாம் ஏன் புரிஞ்சுக்க மாட்டேங்கறீங்க?"

“எனக்கு ஒண்ணும் புரிஞ்சுக்க முடியாம இல்லே. எல்லாருக்கும் புரிஞ்சுக்கற சக்தி கிடையாது. எல்லோரும் என்னவேணா நினைச்சுக்கட்டும்னு இருக்க முடியறதில்லே. உங்கம்மா சொல்றாப்பலே!”

“அம்மா ஊர் பேச்சைத்தான் நம்புவாங்க. சொந்தப் பெண்ணை நம்ப மாட்டாங்க.”

“சும்மா அம்மாமேல ஆத்திரப்படாதே அருணா. நா ஒரு விஷயம் சொல்றேன் கேளு. இந்த ஞாயிற்றுக்கிழமை அந்த மல்லிகா சங்கர் இரண்டு பேரையும் நம்ம வீட்டுக்கு சாப்பிடக் கூப்பிடு, உங்கம்மா சமாதானமாவா.”

“அம்மாவுடைய, சமாதானத்துக்காக நா எதுவும் செய்ய முயற்சி பண்ணமாட்டேன் பாட்டி! ஏன்னா அவங்களுக்கு எதனாலேயும் சமாதானமாகாது. நா இந்த வீட்டிலே இருக்கிறது அவங்களுக்கு சங்கடம். அந்தச் சங்கடத்தைப் போக்கத்தான் நா வெளிநாடு போயிட்டா நல்லதுன்னு நினைக்கிறேன்.”

அவளுடைய குரலிலிருந்த சீற்றத்தையும் துக்கத்தையும் கவனித்து சரோஜினி திடுக்கிட்டாள்.

அருணாவின் கையை மென்மையாகப் பற்றி லேசாகப் புன்னகைத்தாள்.

“இப்படிப் பேசக்கூடாது கண்ணு. உங்கம்மாவை நா சரி பண்றேன். கவலைப்படாதே. நீ வெளிநாடு போ, ஆனா, அதுக்கும் இங்கே இருக்கிற நிலைமைக்கும் முடிச்சுப் போடாதே. முடிச்சுப் போட்டியானா நீ எதுக்கோ பயந்துகிட்டு ஓடறதாயில்லே நினைக்கத் தோணுது? எதைப்பத்தின குழப்பமும் உனக்கு இருக்கக்கூடாது. அவமானப்பட வேண்டிய காரியம் எதையும் நீ செய்யல்லே. ஆனா, அதை வெளிப்படுத்தணும் என்கிறதுக்காக மத்தவங்களுக்குக் கண் உறுத்தற மாதிரியும் வீம்புக்குச் செய்யக்கூடாது.”

“நா அப்படி எதுவும் செஞ்சதா எனக்குத் தெரியல்லே பாட்டி.”

“நமக்குத் தெரியாது அருணா. அந்த வித்தியாசமெல்லாம் மத்தவங்களுக்குப் புலப்படும். அது காதிலே பட்டா நல்ல சுபாவமுள்ள மல்லிகாவே வித்தியாசமா நினைக்க ஆரம்பிக்கலாம். அதனாலேதான் சொல்றேன், ஒரு நாளைக்கு ரெண்டு பேரையும் இங்கே அழைச்சிட்டு வா. சேர்ந்து ரெண்டு மூணு இடத்துக்குப் போயிட்டு வாங்க.”

“சாப்பிட அழைச்சிட்டு வரேன். ஆணா வெளியிலே வாசல்லே அவங்ககூட நானும் ஏன் போகணும்? மல்லிகாவுக்கு சங்கரோட சேர்ந்திருக்கிற நேரமே கொஞ்சம். அப்ப நானும் அநாகரிகமா கூடப்போனா நல்லாவா இருக்கும்? பாட்டி என்னை விடுங்க. உங்க எல்லாரையும்விட மல்லிகா என்னை நல்லாப் புரிஞ்சுக்கிட்டவ. சங்கர்கிட்ட எனக்கு எவ்வளவு நெருக்கம் உண்டோ அவ்வளவு நெருக்கம் எனக்கு மல்லிகாகிட்ட உண்டு. விவாகரத்துக்கு மனுபோடத் தூண்டினவளே அவதான், சங்கர் இல்லே. விவாகரத்துக்கு அவசரப்படக் கூடாதுன்னு சொல்லிக்கிட்டிருந்தவர் சங்கர்.”

“இந்த விவரமெல்லாம் நீ சொன்னதேயில்லை இதுவரை” என்றாள் சரோஜினி மெல்லிய குரலில்.

“சொல்ல வேண்டிய அவசியமென்ன பாட்டி?” என்றாள் அருணா ஆயாசத்துடன்.

“கேஸ் முடியறவரை எனக்கு ஒரே ஒரு கவலைதான் இருந்தது. நமக்கு சாதகமா தீர்ப்பு வரணுமேங்கற கவலை. பிரபாகருக்கு இருக்கிற பணச்செல்வாக்கிலே என்னவேணா செய்வான் என்கிற பயம் எனக்கு இருந்தது. அவனுக்கு மகா அசிங்கமான மனசு பாட்டி. அவன் கண்ட பொம்பளைங்களோட சிநேகிதம் வெச்சுக்கிட்டிருக்கான், என் எதிரிலேயே கூத்தடிக்கிறான் என்கிற காரணத்துக்காக நா விவாகரத்துக் கோரினேன் என்கிற கோபத்திலே எனக்கும் சங்கருக்கும் தகாத சிநேகம்னு புரளி பண்ணி வெச்சான். நாக்கிலே நரம்பே இல்லாத நன்றியுணர்வே இல்லாத ஒருத்தனாலேதான் அப்படிப்பட்ட வார்த்தையைச்

சொல்ல முடியும். சங்கர் அவனுக்கு எத்தனை உதவி செஞ்சிருக்கார்! மல்லிகாவுக்கு உண்மை நிலவரம் தெரியும். பிரபாகர் எத்தனை பயங்கரமான ஆளுன்னு தெரியும். ஆளை வெச்சுக் கொலை பண்ணவும் தயங்காத ஆளு!"

சரோஜினி திகைப்புடன் அருணாவைப் பார்த்தாள். 'இந்த வார்த்தைகளைப் பேசுவது அருணாவா சரோசியா?'

——

14

இன்று காலை எழுந்திருக்கும் போதே இன்று சனிக்கிழமை, கார்த்திகேயனுக்கும் விடுமுறை என்று சரோஜினிக்கு ஞாபகம் வந்தது. நேற்று இரவு படுக்கப்போகுமுன் சொல்லியிருந்தான்.

"நீங்க பார்க்கணும்னு சொன்னீங்களே, அந்தப் பெரியவரை நாளைக்குப் பார்த்துட்டு வரலாம், சரிதானே?"

"உங்களுக்காகத்தான் வரேன்" என்கிற மாதிரி அவளுக்குப்பட்டது.

'இவனுடைய அப்பா இவன்கிட்ட என்னவெல்லாம் சொல்லியிருப்பாங்க' என்று அவளுக்குக் கவலையேற்பட்டது. 'என்னுடைய விரோதி என்று தினகரனை வர்ணித்தவர் அத்துடன் விட்டிருப்பாரா?'

ஜம்புலிங்கத்தின் கோபம் நிறைந்த விழிகள் எதிரில் நின்று வெறித்துப் பார்த்தன. இப்பொழுதும் வெறும் ஞாபகத்திலும் அடிவயிற்றில் கலக்கத்தை ஏற்படுத்திற்று.

சினிமா தியேட்டரில் தொலைவில் பிரபாகரைப் பார்த்ததும் அருணாவின் முகம் இருண்டு போனதுபோல.

'அருணாவாலே அந்த பயத்திலேர்ந்து வெளியே வர முடிஞ்சுது. இன்னும் நாலைஞ்சு வருஷத்திலே பிரபாகரைப் பத்தி மறந்துகூடப் போயிடுவா. என்னைப்போல சாகிறவரை அடிவயித்திலே சுமந்துகிட்டு இருக்கமாட்டா. போக்கிடமில்லாம புருஷனுடைய அடியையும் குரோதத்தையும் தண்டனையைப் போலத் தாங்கிக்கிட்டு...'

'தண்டனையா நினைச்சதாலேதான் வாயை மூடிக்கிட்டு இருக்க முடிஞ்சுது. அந்தக் காலத்திலே அப்படித்தான் இருக்கணும்னு எல்லாரும் எதிர்பார்த்தாங்க. என்னை அப்படி நினைக்க வெச்சதும் அந்த எதிர்பார்ப்புத்தான். அதுக்குத்தான்

பட்டம் கிடைச்சது, தெய்வப் பிறவின்னு. மாமியார் கிழவியே வாயைத் திறந்து கொடுத்தா சாகிற சமயத்திலே...'

இப்பொழுது அதை நினைத்து சரோஜினிக்குச் சிரிப்பு வந்தது. 'ரத்தினத்திடம் ஏமாற்றமும் வெறுப்பும் ஏற்பட்டுப் போனதாலே எனக்குப் பட்டம் கிடைச்சது. ரத்தினம் என்னமோ பகபகன்னு பிள்ளைகளைப் பெத்துப்போடுவா என்கிற நினைப்பிலே செஞ்ச ஆரம்ப உபசாரமெல்லாம் பிரயோஜனமில்லாம போனதோடு அவளுடைய ராங்கித்தனமும் ஏறிப்போனதுதான் மிச்சம்னு புரிஞ்சதும்தான், என்மேல கொஞ்சம் மதிப்பு ஏற்பட்டது. அதுவும் என் வயித்திலே கரு வளருதுன்னு தெரிஞ்சதும் அவங்க பார்வையே மாறிப்போச்சு.'

சரோஜினி தனக்குள் புன்னகைத்துக் கொண்டாள்.

'சும்மா சொல்லக்கூடாது. அவங்களுடைய உதவியில்லேன்னா நா முழுசா பிள்ளையைப் பெத்திருக்க முடியாது.'

சரோஜினி ஒரு மெல்லிய ஆயாசப் பெருமூச்சுடன் எழுந்து ஜன்னலை மறைத்திருந்த திரையை விலக்கினாள். சுரீரென்று அடித்த வெயிலை சில விநாடிகள் பார்த்துத் தனக்குள் சொல்லிக் கொண்டாள்.

'கார்த்திகேயனை நா சுமந்து பெத்தது ஒரு சவால்... ஒரு சாதனை.'

"அம்மா, முகம் கழுவிட்டீங்களா? காப்பி கொண்டாரவா?"

முருகையனின் குரலைக் கேட்டு சரோஜினி சுயநினைவுக்கு வந்தாள்.

"இல்லே, நானே வரேன்," என்றபடி குளியலறைக்குச் சென்றாள்.

'அந்தப் பழைய கதையெல்லாம் புதைஞ்சு போறதுதான் நல்லது. ஆனா நினைவுங்கறது அத்தனை சுலபத்திலே புதைஞ்சு எங்கே போவுது? எதிர்பாராத சமயத்திலே இறக்கைக் கட்டிக்கிட்டில்லே கிளம்புது?'

அவள் வழக்கத்தைவிடச் சற்று பரபரப்பாகப் பல்துலக்கி முகத்தைக் கழுவிக் கொண்டு வெளியேறி வந்தாள்.

கார்த்திகேயன் வழக்கம் போல் சாப்பாட்டு மேஜைமேல் பேப்பரைப் பரத்தி காப்பியை அருந்தியபடி அதன்மேல் பார்வையைப் பதித்திருந்தார். நளினி அன்றைக்கு வந்திருந்த ஏதோ தமிழ்ப் பத்திரிகையில் ஆழ்ந்திருந்தாள், மாமியாரின் வருகையை உணர்ந்ததும்,

"முருகய்யா, பெரியம்மாவுக்குக் காப்பி கொண்டா!" என்று குரல் கொடுத்து மீண்டும் பத்திரிகைக்குள் பார்வையைத் திருப்பிக்கொண்டாள்.

"என்ன அப்படி சுவாரஸ்யம் பத்திரிகையிலே?" என்றார் கார்த்திகேயன்.

நளினி நிமிர்ந்து சோம்பலுடன் புன்னகைத்தாள்.

"ஏதோ தொடர்கதை. வந்ததும் படிச்சுட்டாத்தான் மத்த வேலை ஓடும்."

"அப்படியென்ன அத்தனை சுவாரஸ்யம் அதிலே?"

"அதான் எழுதறவங்க சாமர்த்தியம்! கதை எனக்குப் பிடிக்கல்லே. இருந்தாலும் படிக்காம இருக்க முடியல்லே!"

"பிடிக்கலேன்னா விட்டுட வேண்டியதுதானே?" என்று சரோஜினி சிரித்தாள்.

"எனக்குப் பிடிக்காததுக்குக் காரணம், இது ஒரு பெண் சோரம் போற கதை. ஏன் இவங்க இப்படிப்பட்ட கதையை எழுதணும்? நல்ல குடும்பப் பெண்களைப் பத்தி எழுதக் கூடாதா?"

"அவங்களைப் பத்தி எழுதினா நீ இத்தனை சுவாரஸ்யத்தோடு படிப்பியா?" என்று கார்த்திகேயன் சிரித்தார்.

"கடைசியிலே எப்படித்தான் போவுது கதைன்னு பார்க்கறேன்!" என்றாள் நளினி. அந்தப் பெண்ணுடைய நடத்தைக்குக் கதாசிரியர் நியாயம் சொல்றாப்பலே இருக்கு."

மேற்கொண்டு சம்பாஷனையில் கலந்துகொள்ளாமல் சரோஜினி தனது காப்பியைக் குடித்தாள்.

"இன்னிக்கு எத்தனை பத்திரிகை வந்திருக்கு?" என்றார் கார்த்திகேயன்.

"ஒண்ணுதான், ஏன்?"

"நல்லவேளை. சீக்கிரம் அதைப் படிச்சு முடிச்சு வேலையைக் கவனி. காலையிலேயே பலகாரம் முடிஞ்சதும் அந்த தினகரனைப் பார்த்துவிட்டு வரலாம்."

"நா எதுக்கு? நா வரணுமா, ஏம்மா?" என்றாள் நளினி புருவங்களை உயர்த்தி.

"நா அருணாவைக் கூடக் கூட்டிட்டுப் போகணும்னு நினைச்சேன். வயசானவங்க, எல்லாருமாப் போனோம்னா சந்தோஷப்படுவாங்க."

நளினி சற்றுநேரம் பதில் சொல்லாமல் புத்தகத்தின்மேல் பார்வையைப் பதித்தபடி உட்கார்ந்திருந்தாள். பிறகு நிமிர்ந்து சற்று படபடப்புடன் சொன்னாள்...

"என்னைக் கேட்டா நீங்க ரெண்டு பேர் மட்டும் போயிட்டு வந்தா போதும். எனக்கு வேலை முடிய நேரமாகும். அருணாவைக் கூட்டிட்டுப் போனீங்கன்னா ஒரு பேச்சோடு நிக்காது. பல பேச்சு வரும். கல்யாணமாயிடுச்சா, புருஷன் என்ன செய்யறாங்கன்னு கேள்வி வரும். நம்ம கிராமத்து ஆளு வயசானவருக்கு நிலைமையை விளக்கவும் முடியாது. அவரால புரிஞ்சுக்கவும் முடியாது. ஊர் பக்கம் போய் என்னத்தைச் சொல்வாரோ? எதுக்கு நாமா வம்பை விலைக்கு வாங்கிக்கணும்?"

இவளுடைய சிந்தனையெல்லாம் ஒரே கோணத்தில்தான் இருக்கிறது என்கிற வருத்தத்துடன் சரோஜினி லேசாகப் புன்னகைத்தாள்.

"சரி, அப்ப நானும் கார்த்திகேயனும் போயிட்டு வரோம்."

"முருகையனையும் வேணாக் கூட்டிட்டுப் போங்க அவனும் அவங்களைப் பார்க்கணும்னு சொல்லிக்கிட்டிருந்தான்."

"வந்து சமையல் பண்ணவா?" என்றான் முருகையன் மலர்ச்சியுடன்.

"காயை அரிஞ்சு வச்சுட்டுப் போ. நா செய்யறேன் இன்னிக்கு" என்றாள் நளினி.

சரோஜினி மெல்லிய வியப்புடன் எழுந்தாள். தன் அந்தஸ்துக்கு சமதையாகத் தினகரனின் குடும்பம் படாததால்தான் நளினி இத்தனை சிரமப்பட்டுக் கழண்டுகொள்ளப் பார்க்கிறாள் என்று தோன்றிற்று.

'அவ வராததும் நல்லதுதான்' என்று தனக்குள் நினைத்தபடி,

"நா குளிச்சுத் தயாராகறேன்" என்று பொதுவாகச் சொல்லிக்கொண்டே தன் அறைக்குச் சென்றாள்.

குளித்து, வழக்கமாகச் சொல்லும் தோத்திரங்களைச் சொல்லி முடித்து, வேறு புடவை உடுத்திக்கொண்டு தன்னை நிலைக்கண்ணாடியில் பார்த்துக் கொள்ளும்போது 'அவங்களுக்கு என்னை இப்போ அடையாளம் கண்டுக்கவே முடியாது' என்று நினைத்துக் கொண்டாள்.

"மகாலட்சுமி மாதிரி இருப்பாங்கன்னு தாத்தா சொன்னாங்க"ன்னு அந்த சியாமளா சொன்னது நினைவுக்கு வந்தது.

'உருவத்துக்கும் வாழ்க்கை அமையறதுக்கும் நிறைய வித்தியாசம் உண்டுன்னு அந்தம்மா வாழ்க்கையிலேர்ந்து தெரிஞ்சுதுன்னு சொல்லல்லியா?'

"ஹல்லோ பாட்டி..."

சரோஜினி கண்ணாடியில் தெரியும் அருணாவின் பிம்பத்தைப் பார்த்துச் சிரித்தாள்.

திரும்பி நின்று, "வா, காப்பி சாப்பிட்டியா?" என்றாள்.

"ஆச்சு. என்ன இன்னிக்கு அமர்க்களமா இருக்கீங்க? இந்த சிகப்புப் புடவை உங்களுக்கு ரொம்பப் பொருத்தமா இருக்கு பாட்டி."

சரோஜினி தன் கூச்சத்தை மறைக்கப் புடவைத் தலைப்பை சரிசெய்து கொண்டாள்.

"ஆமாம், ஆன வயசுக்குப் பொருத்தம் என்ன பொருத்தம்?" என்று முணுமுணுத்தாள்.

"நீங்க யாரையோ நம்ம கிராமத்துக்காரரைப் பார்க்கப் போறீங்களாமே? நான் வரலாமா?" என்றாள் அருணா.

"வரலாமே!" என்றாள் சரோஜினி மகிழ்ச்சியுடன். "எதுக்கும் உங்கம்மாவைக் கேட்டுக்க, அவ சம்மதிச்சா, வா."

"அம்மாவை எதுக்குக் கேட்கணும்? ரொம்ப நல்லாயிருக்கே? எனக்கு இந்த ஆளைப் பார்க்கணும் போல இருக்கு. அம்மாவோட நா ஏற்கெனவே ஒரு தர்க்கம் பண்ணியாச்சு. நா விவாகரத்தானவன்னு அவங்ககிட்ட சொல்லமாட்டேன்னு சொல்லியிருக்கேன்." அருணா சிரித்துக் கொண்டே சொன்னாள். "அவங்களா கேட்டாலொழிய" என்று சேர்த்துக் கொண்டாள்.

சரோஜினி பதில் ஏதும் சொல்லாமல் சமாதானமாக அருணாவின் தோளை அணைத்துக் கொண்டாள்.

"எனக்குத் தெரிஞ்சவரை தினகரன் வம்பு ஆள் இல்லே கண்ணு!"

"நீங்க அவங்களைப் பார்த்து எத்தனை வருஷமிருக்கும் பாட்டி?"

"உங்கப்பாவுடைய வயதாகுது!"

"அடேயப்பா இன்னும் உங்களுக்கு அவங்களை நினைவிருக்கா?"

"நம்ம வீட்டுக்கு அடிக்கடி வருவாங்க. அதனாலே நினைவிருக்கு."

மேற்கொண்டு இவள் இன்னும் தொணதொணப்பாளோ என்கிற எண்ணத்தில் சரோஜினி மென்மையாகச் சொன்னாள்.

"வர்றதானா தயாராகு அருணா. சீக்கிரம் கிளம்பினாத்தான் சீக்கிரம் திரும்ப முடியும்."

அவள் அகன்றதும் சரோஜினி தன் பிம்பத்தைக் கண்ணாடியில் பார்த்து வியந்தாள். 'எப்படி சிவப்புப் புடவையைக் கட்டிக்கிட்டேன்?'

முருகையன் உற்சாகத்துடன் வண்டியின் பின் ஸீட்டில் அமர்ந்து தனக்கு நினைவிருந்த கிராம வாழ்க்கையை விவரித்துக் கொண்டே வந்தான். சரோஜினி வாயைத் திறக்காமல் மௌனமாகப் புன்னகையுடன் அமர்ந்திருந்தாள்.

அந்தப் பெண் சியாமளா கொடுத்திருந்த விலாசப்படி வண்டி ஒரு சிறிய வீட்டின் முன் நின்றது. சரோஜினி ஆர்வத்துடன் வீட்டைப் பார்த்தபடி வண்டியிலிருந்து இறங்கினாள்.

வண்டி சப்தம் கேட்டு வெளியே வந்த சியாமளா அவர்களை முகமலர்ச்சியுடன் வரவேற்று உள்பக்கம் திரும்பி,

"தாத்தா, ஜம்புலிங்கம் ஜமீந்தார் வீட்டிலேர்ந்து வந்திருக்காங்க!" என்றாள்.

மெல்லிய எதிர்பார்ப்பில் சரோஜினியின் மார்பு படபடத்தது.

உள்ளே நுழைந்ததும் தினகரன் சாய்வு நாற்காலியில் அமர்ந்திருப்பது தெரிந்தது.

'எத்தனை மெலிஞ்சுட்டாங்க?' என்கிற திகைப்புடன் ஆற்றாமையும் அனுதாபமும் சரோஜினியின் நெஞ்சை அடைத்தது.

"வாங்க சரோஜினி அம்மா" தினகரனின் குரலில் பழைய கம்பீரம் தொனித்தது.

"நல்லா இருக்கீங்களா?"

சரோஜினி நிமிர்ந்து அந்த விழிகளைப் பார்த்தாள். அதில் இப்பொழுது பரிகாசம் இல்லை என்பதை உணர்ந்து மெல்லப் புன்னகைத்தாள்.

——

15

"நீங்க நல்லாயிருக்கீங்களா?" என்ற சரோஜினியின் தளர்ந்த குரலில் சரோசி புகுந்து கொண்டாற்போல் மனத்தில் குறுகுறுப்பேற்பட்டது.

"ஓ! ஒரு குறைவுமில்லே. இப்ப பல்லுகூட இன்னும் சொந்தப் பல்தான்" தினகரனின் சிரிப்பில் மீண்டும் ஐம்பது வருஷங்கள் நழுவிப்போயின.

'சமையற்கட்டிலே இருந்தாலும் சிவப்பு நிறப் புடவை நல்லாயிருக்கும்' என்ற வார்த்தைகளைக் கேட்பது போல பிரமையேற்பட்டது.

தினகரன் கார்த்திகேயனைச் சுட்டிக்காட்டி "இவங்கதான் உங்க மகனா?" என்றார்.

சட்டென்று சரோஜினி தன்னைச் சமாளித்துக்கொண்டு புன்னகைத்தாள்.

"ஆமாம், கார்த்திகேயன்னு பேரு. 'இவங்க அவங்க'ன்னு என்ன மரியாதை? அவன் உங்க மகனைப் போல."

தினகரனின் பார்வையில் ஒரு ஆர்வமும் சந்தோஷமும் தெரிந்தன. எழுந்து கார்த்திகேயனின் கரங்களைப் பற்றி,

"வாப்பா இங்க உக்காரு. நீ வந்ததிலே எனக்கு ரொம்ப சந்தோஷம்" என்று அருகிலிருந்த நாற்காலியில் அமர்த்தினார்.

"இவ என் பேத்தி, அருணா" என்றாள் சரோஜினி. அருணாவின் தோளை அணைத்தபடி.

"வணக்கம் தாத்தா" என்று அருணா புன்னகையுடன் கரம் குவித்தாள்.

தினகரன் வாஞ்சையுடன் அவளைப் பார்த்தார்.

"சின்ன வயசிலே உங்க பாட்டி இருந்த மாதிரி இருக்கே!" என்றார்.

புன்னகை மாறாமல் அமர்ந்திருந்த சரோஜினியை ஒருமுறை பார்த்துவிட்டு, "உங்களுக்கு இன்னும் ஞாபமிருக்கா, ஐம்பது வருஷமாச்சுப் பாத்துன்னாங்க பாட்டி" என்றாள் அருணா.

"நல்லா நினைவிருக்கு. உங்க தாத்தாவும் நானும் ரொம்ப சிநேகிதமா இருந்த காலத்திலே அடிக்கடி, கிட்டத்தட்ட தினமுமே ஜமீன் மாளிகைக்குப் போற வழக்கம் உண்டு எனக்கு."

கார்த்திகேயனும் அருணாவும் ஒரு சங்கடமான மௌனத்துடன் உட்கார்ந்திருந்ததை கவனிக்காதது போல தினகரன் சரளமாகப் பேசிக் கொண்டு போனார்.

"பொங்கல் திருவிழான்னா ரொம்பப் பெரிய கொண்டாட்டம் மாளிகையிலே, தை பிறக்கிறதுக்கு ஒரு மாசம் முன்னமேயிருந்து பண்டிகைக்காக வீட்டிலே ஏற்பாடு துவங்கிவிடும். ஜமீன்தார் சம்சாரம்ன்னே இல்லாம சரோஜினி அம்மா அரிசி புடைக்கிறதிலேர்ந்து பணியாரம் ஆக்கிறதுவரை தானே செய்வாங்க."

சரோஜினி கூச்சத்துடன் சிரித்தாள்.

'ஜமீன்தாரிணிங்கற எண்ணத்தை யாராவது எனக்கு ஏற்படுத்தியிருந்தா இல்லே, நா ஜமீந்தாரிணிகணக்கா மெதப்பா இருந்திருப்பேன்.'

வேறு யாரும் அங்கு இருக்கும் நினைப்பே இல்லாதது போல் தினகரனும் சரோஜினியும் தங்களது யோசனையில் லயித்த புன்னகையுடன் ஒருவரையொருவர் பார்த்தபடி உட்கார்ந்திருந்தார்கள்.

"அந்தக் காலம் அப்படி" என்றார் தினகரன் மெல்லிய குரலில், "ஜமீன்தார்னா ஒரு தனிப்பட்ட ஸ்டைல்லே இருக்கணும்னு நினைச்சாங்க. மருமக, மனைவி என்கிறவங்க இருக்க வேண்டிய இடம் இவ்வளவுதான்னு விதிச்சுக்கிட்ட காலம்."

"எனக்கு இப்ப எல்லாம் மறந்து போச்சு ஐயா" என்றாள் சரோஜினி புன்னகை மாறாமல். "எனக்குக் கொடுக்கப்பட்ட

இடத்தைவிடக் கொஞ்சம் அதிகமாவே ஆக்ரமிச்சுக்கிட்டாப்பலே இப்ப இருக்கு."

தினகரன் அவளை யோசனையுடன் பார்த்தார்.

"மனசிலே ஏதும் வருத்தமில்லலே?"

"ஒரு வருத்தமும் இல்ல. எதுக்கு வருத்தப்படணும் ஐயா?" என்றாள்.

தொடர்ந்து, "நீங்களே விளக்கம் சொன்னீங்க இல்லே அந்தக் காலம் அப்படீன்னு. இவ்வளவுதான் நமக்குக் கிடைக்கும்னு தெரிஞ்ச பிறகு எதிர்பார்ப்பு எங்கே இருக்கும்? என் கடமையை நா செய்யல்லேன்னாதான் எனக்கு வருத்தமாயிருந்திருக்கும். ஜமீனுக்கு வாரிசு இல்லேன்னு மாமியாருக்குக் குறையிருந்தது. அதைத் தீர்த்துட்ட பிறகு எனக்கு ஒரு வருத்தமும் இல்லே."

தினகரன் சட்டென்று நிமிர்ந்து அவளைக் கூர்மையாகப் பார்த்தார். பிறகு தலையைக் குனிந்துகொண்டு மெல்லிய குரலில் சொன்னார்.

"நீங்க ஒரு அசாதாரணமான பெண்மணி சரோஜினி அம்மா."

இருவரும் உணர்ச்சிகளை வெளியே கொட்டத் தயங்குபவர்கள் போல ஒருவரையொருவர் பார்த்தபடி உட்கார்ந்திருந்தார்கள்.

"பெரியம்மாவுக்குத் தெய்வப்பிறவின்னு பேருங்க கிராமத்திலே" என்றான் முருகையன் இடையில்.

அப்பொழுதுதான் நினைவு வந்தவளாய் சரோஜினி தினகரனிடம் சொன்னாள்.

"உங்களுக்கு மரகதத்தை ஞாபகம் இருக்கா? அவளுடைய மகன் இவன், முருகையன். மரகதம் இறந்து போயிட்டா. இவன் எங்க கூடவே இருக்கான்."

"நல்லா நினைவிருக்கு" என்று தினகரன் சிரித்தார். "மாமரத்திலே ஒரு காயைக்கூடப் பழுக்க விடமாட்டியே, எத்தனைமுறை, ஜம்புலிங்கத்துக்கிட்ட அடிவாங்கியிருப்பே!"

முருகைய்யன் கூச்சத்துடன் சிரித்தான்.

"பெரியம்மா அதுக்குப் பிறகு மருந்து போடுவாங்கய்யா, அந்தக் கருணை இல்லாம போயிருந்தா நா இன்னிக்கு மனுஷனா நிக்க முடியாது. மெய்யாலுமே அம்மா தெய்வப் பிறவிதாங்க. இல்லேன்னா பெரியய்யாவோடக் கோபத்தைத் தாங்கிக்கிட்டு இருக்க முடியுமா?"

"சிவனே! இப்படியெல்வாம் பேசறது தெய்வத்துக்கு அபச்சாரம் முருகய்யா. நா ரொம்ப சாதாரணமானவ. குத்தம் குறையுள்ளவ."

"ஆமாம் பாட்டி" என்றாள் அருணா, "அப்படி வாயை மூடிக்கிட்டு நீங்க உட்கார்ந்திருந்ததிலே ஒரு தெய்வீகமும் எனக்குத் தெரியல்லே..."

கார்த்திகேயன் வாயே திறக்கவில்லை. தன் தந்தையைப் பற்றி யாரும் பேசுவதை அவர் ரசிக்கவில்லை என்று தன் மௌனத்தால் காண்பித்தார்.

"அந்தக் காலத்திலே வேற வழியிருக்கல்லே குழந்தே!" என்றார் தினகரன், அருணாவைப் பார்த்து. "ஆனா உங்க பாட்டி ரோசமில்லாதவங்க இல்லே, நிறைய ரோசமுள்ளவங்க, தனித்தன்மை உண்டு. அதைக் காட்டாம இருக்கல்லே எத்தனை கஷ்டத்திலேயும்..."

சரோஜினி தலையைக் குனிந்து கொண்டாள்.

"கடைசிவரைக்கும் என் விஷயத்திலே அவுங்க மாறவேயில்லே ஐயா."

"மாறுவான்னு நீங்க எதிர்பார்த்தீங்களா சரோஜினி அம்மா?"

"இல்லே" என்றாள் சரோஜினி நிதானமாக. "அவங்கமேல எனக்கு இப்பவும் ஒரு குறையும் சொல்லத் தெரியல்லே ஐயா. சில சமயம் பரிதாபமாககூடத் தோணுது அவங்களை நினைச்சா."

"ஜம்புலிங்கத்தை நினைச்சா?" என்றார் தினகரன் கோபத்துடன். பிறகு கார்த்திகேயனைப் பார்த்து "மன்னிச்சுக்க தம்பி உங்கப்பாவைப் பத்திக் குறை சொல்றேன்னு தப்பா நினைக்காதே.

ஐம்புலிங்கமும் நானும் ஒண்ணா வளர்ந்தவங்க. சேர்ந்து படிச்சவங்க, எப்பவும் அவனுக்கு அகங்காரம் அதிகம். ஆனா, என்கிட்ட ரொம்ப நெருக்கமாத்தான் இருப்பான். என் பேச்சுக்கு மரியாதை வைப்பான். என்னதான் நெருங்கி சிநேகிதமானாலும் ஓரளவுக்குத்தான் நல்லது எடுத்துச் சொல்ல முடியும். பெரிய ஜமீனுக்கு வாரிசாப் போயிட்ட ஒருத்தனுக்கு அவனுடைய அதிகாரத்துக்குட்பட்ட நிலச்சுவான்தாரரான நா என்னத்தைச் சொல்ல முடியும்? கெட்ட சகவாசம் ஏற்பட்டுப் போச்சு. வேசி வீட்டிலே குடிச்சு மயங்கிக் கிடக்கையிலே நா அவனைத் தேடிப் புடிச்சு வீட்டுக்குக் கொண்டு போய் விடுவேன். சரோஜினி அம்மா சாப்பிடாம காத்துக்கிட்டிருப்பாங்க. எத்தனை அடி வாங்கியிருப்பாங்க, அவமானப்பட்டிருப்பாங்கன்னு வெளியிலே இவங்க மூச்சு விடாட்டாலும் எனக்கு எல்லா விவரமும் தெரியும். செஞ்ச அநியாயம் போதாதுன்னு இன்னொரு கல்யாணமும் செஞ்சுக்கிட்டான்."

"எதுக்குங்கய்யா இப்ப அதெல்லாம்?" என்றாள் சரோஜினி மெல்லியக் குரலில்.

"நம்ம வாழ்க்கையெல்லாம் முடியப் போவுது."

"அது சரிதான்" என்றார் தினகரன் சோர்வான குரலில். "வாழ்க்கை பூராவும் விரயமாயிட்ட பிறகு அதைப் பத்தி எதுவும் பேசித்தான் என்ன லாபம்? இருந்தாலும் சில விஷயங்களை மறக்க நினைச்சாலும் மறக்க முடியறதில்லே. ஐம்பது வருஷமானாலும் மறக்க முடியறதில்லே. அதனாலேதான் இங்கே வந்திருக்கிற சமயத்திலே உங்களையும் உங்க மகனையும் பார்க்கணும்னு ஆசைப்பட்டேன்."

"உங்களை நா பார்த்ததேயில்லே" என்றார் கார்த்திகேயன். "ஆச்சரியமாயிருக்கு எனக்கு விலாசம்கூடக் கொடுக்காம அப்படி எங்கே கிளம்பிப் போனீங்க? அப்பா இறந்தபோது உங்களுக்குத் தகவல் தெரிவிக்கணும்னு முயற்சி பண்ணினாங்களாம். விலாசமே தெரியல்லேன்னாங்க அம்மா."

ஒரு விநாடி தினகரன் சரோஜினியை ஏறிட்டுப் பார்த்துவிட்டுத் தலையைக் குனிந்து கொண்டார்.

"நிலமும் நீச்சும் வீடும் எல்லாம் போயிட்ட பிறகு விலாசமேது மனுஷனுக்கு" என்றார் மெல்லிய புன்னகையுடன்.

"கொஞ்சநாள் பக்கத்து மாவட்டத்திலே இருந்தேன். எனக்கு ஒரு மகன் பிறந்தான். அஞ்சு வயசுக் குழந்தை தெருவிலே விளையாடிக்கிட்டிருந்தான். ஒரு வண்டி வந்து மோதி இறந்துட்டான்."

"எத்தனை வருஷத்துக்கு முன்னாலே?" என்றாள் சரோஜினி அதிர்ந்து.

"எனக்கே நினைவில்லே அம்மா" என்றார் தினகரன் சோர்வுடன்.

"அதுக்குப் பிறகு தமிழ்நாட்டுக் காற்றுகூட வேண்டாம் நமக்குன்னு ஆந்திர மாகாணத்துக்குப் போயிட்டேன். இந்த ஊரிலே நீங்கள்ளாம் இருக்கீங்கன்னு நம்ம கிராமத்துக்காரன் ஒருத்தன் எதேச்சையா சொன்னான். விலாசத்தைக் குறிச்சு வெச்சக்கிட்டேன்."

சரோஜினியின் முகத்தில் புன்னகை மறைந்திருந்தது.

"எத்தனை நாள் இன்னும் இருப்பீங்க?" என்ற கேள்வி தடுமாற்றத்துடன் வெளிப்பட்டது.

"நாளன்னிக்குக் கிளம்பறேன்."

"ஏன் அத்தனை அவசரம்?"

"அவசரமா? நா இங்கே வந்து ஒரு மாசத்துக்குமேல ஆகுது!"

"கிளம்பற சமயத்திலே தகவல் சொல்லி அனுப்பியிருக்கீங்க" என்றாள் சரோஜினி ஆற்றாமையுடன்.

"ரொம்ப யோசிச்சுத்தான் சியாமளாவை அனுப்பிச்சேன் சரோஜினி அம்மா. இந்த ஊருக்கு வந்து உங்களையும் தம்பியையும் பார்க்காமப் போக மனசு வரல்லே."

தன் உணர்ச்சிகளை மறைத்துக்கொண்டு சரோஜினி லேசாகப் புன்னகைத்தாள்.

“மறுபடி எப்பப் பார்க்கப்போறோம்னு தெரியல்லே. விலாசமாவது தெரிவிச்சீங்கன்னா கடிதமாவது எழுதலாம்.”

“நா தரேன்” என்று சியாமளா எழுதிக்கொண்டு வந்து கொடுத்தாள்.

கார்த்திகேயன் கிளம்பும் போது அவரை வணங்கிவிட்டுத் தயங்கியபடி சொன்னார்.

“உங்களுக்கு உதவி ஏதாவது வேணும்னா நீங்க தயங்காம எங்ககிட்டக் கேட்கணும்” என்றார்.

தினகரன் அவனுடைய தோளை வாத்சல்யத்துடன் அணைத்துக் கொண்டார். “இனிமே எனக்கு என்ன வேணும் தம்பி? யமன் வந்து கூப்பிடற வேளை வந்தாச்சு. மனசு இன்னிக்கு நிறைஞ்சிருக்கு. அது போதும் எனக்கு” என்றார்.

வீட்டுக்குத் திரும்புகையில் சரோஜினியின் மனசு நிகழ்காலத்திலிருந்து முழுவதும் கழன்று சரோசி எதிரில் நின்றாள்.

——

16

'அன்று மனசு எப்படி சிறகு கட்டிக்கொண்டு பறந்தது? என்ன காரணத்தால் பறந்தது?'

இந்தக் கேள்விகளைப் பலமுறை தனக்குள் ஒரு திகைப்புடன், கலவரத்துடன் சரோசி கேட்டுக் கொண்டாள். விடை கிடைக்கவில்லை. மார்பு படபடத்தது. சிலிர்த்தாற் போல்... புதிய சஞ்சாரங்களுக்குத் துணிந்து நின்றாற்போல, இந்தத் துணிவே பீதியை எழுப்பிற்று. ஆனால் பீதியின் இடையிடையில் அந்த இரவுப் போதும் தினகரனுடன் தனித்து உட்கார்ந்ததும் அவனது பேச்சும் சிரிப்பும் பரிகாசமும் கனிவும் நினைவுக்கு வந்து மெல்லிய சுகந்தமாய் வருடிற்று.

சர்வ நிசப்தமாய் இருந்தது இரவு. இலைகளும் பட்சிகளும் சுவாசிப்பதை நிறுத்தி எந்த எதிர்பார்ப்பிலோ நின்றிருந்த மௌனம் அது. வெற்றுப் பாதங்களின் கீழ் மண்தரை அடங்கிக் கிடந்தது.

"இத்தனை இருட்டிலே மறுபடி தடுக்கி விழப் போறீங்க!" என்று அவளுடன் கூடவே தினகரன் நடந்தான். அவள் உண்மையிலேயே தடுமாறினபோது, அவளது ஒரு கையைப் பற்றினான்.

"ஆபத்துக்கு தோஷமில்லே" என்றான் பரிகாசமாக சற்றுப் பொறுத்து.

"வந்துட்டம் வீட்டுக்கு" என்று ரேழியில் இருந்த மங்கலான விளக்கை ஏற்றினான். விளக்கொளியில் கையை விடுவித்து அவளைப் பார்த்துச் சிரித்தான்.

"எந்த தைரியத்திலே அந்தக் கும்மிருட்டிலே உட்கார்ந்திருந்தீங்க? நா வந்திருக்கல்லேன்னா என்ன ஆகியிருக்கும்?"

அவளுக்குச் சிரிப்பு வந்தது.

"ஒண்ணும் ஆகியிருக்காது. கீழே விழுந்து நானே எழுந்திருச்சிருப்பேன்."

“சிராய்ப்புக் காயத்தோட.”

ஒரு விநாடி ஏறிட்டு அந்தச் சிரிக்கும் விழிகளை சரோசி பார்த்துத் தலையைக் குனிந்து கொண்டாள்.

“என்ன காயம் பட்டாலும் அது யாரையும் பாதிக்காது ஐயா!” என்றாள் மெல்லிய குரலில்.

அவன் சற்று பொறுத்து மெல்லச் சொன்னான்.

“மத்தவங்களைப் பாதிக்க வேண்டியது அவசியம்னு ஏன் நினைக்கிறீங்க. உங்களைப் பாதிக்கல்லையா?”

“ஓ பாதிக்குதே? எனக்கு என்ன ஆனாலும் கவலைப்பட ஆள் இல்லேங்கற விஷயம்தான் பாதிக்குது. பட்ட காயமோ சிராய்ப்போ இல்லே.”

அவளுக்கு எதிர்பாராமல் கண்ணில் நீர் பெருகிக் கன்னத்தில் வழிந்தது. அவன் திகைப்பும் சங்கடமுமாய் அவளைப் பார்த்தான்.

“தப்பா நினைக்கல்லேன்னா ஒரு விஷயம் சொல்றேன். உங்களைப் பத்தி எனக்குக் கவலையிருக்கு.”

அவள் திடுக்கிட்டு அவனை நிமிர்ந்து பார்த்தாள். இந்த வீட்டில் யாரிடமும் காணப்படாத கனிவு அவன் பார்வையில் தெரிந்தது. ‘இவங்க கவலைப்பட்டு எனக்கு என்ன ஆகப் போவுது?’ என்று நினைத்துக் கொண்டாள். ஆனால் அந்த வார்த்தைகள் காரணம் புரியாமல் மனசைத் தொட்டன.

“ஜம்புலிங்கத்துக்கு நெருங்கிய தோழன் என்கிற முறையிலே எனக்கு உங்களை நினைச்சு வருத்தம்” என்றான் அவன். தொடர்ந்து, “என்னதான் நெருங்கின தோழனா இருந்தாலும் சில விஷயங்களைப் பத்திப் பேச முடியாது. புத்திமதி சொல்ல முடியாது. சொன்னாத் தப்பாப்படும். உங்ககிட்ட அவன் நடந்துகிட்டது சரியில்லேன்னு எனக்குப் பட்டாலும், நா உங்களுக்காகப் பரிஞ்சு பேசினா அவன் ஏடாகூடமா எடுத்துக்குவான். சினேகிதமே முறிஞ்சி போகும். அதனாலேதான் அவனை சரிப்படுத்தறது

உங்க கையிலேதான் இருக்குன்னு ரொம்ப நாள் முன்னாலே உங்ககிட்டச் சொன்னேன்."

அவளுடைய கூச்சமெல்லாம் விலகிப்போன நிச்சலனத்தில் "என்னாலே அவங்களை வளைக்க முடியல்லியே!" என்றாள் விசனத்துடன்.

"எனக்கு ரோசம் அதிகம், சாகஸம் பண்ணத் தெரியாது. அவங்களைத் திருப்திப்படுத்த எனக்குத் தெரியாதது என் குறைதானே?"

அவளுக்கு மீண்டும் கண்களில் நீர் நிறைந்தது.

"இல்லே உங்கமேல குறையில்லே" என்றான் தினகரன் தீர்க்கமாக அவளைப் பார்த்து.

"வீணையை மீட்டினாத்தான் நாதம் வரும். உடைச்சா நாதம் வருமா?"

அவள் குழப்பத்துடன் அவனைப் பார்த்தாள், வீணைக்கும் தனக்கும் என்ன சம்பந்தம் என்று புரியவில்லை. அவன் ஏதோ தன்னை உயர்வாகச் சொல்கிறான் என்று மட்டும் புரிந்தது. கூச்சமேற்பட்டது.

"நீங்க என்ன சொன்னாலும் அவங்களுக்கு நா உசத்தி இல்லே. சமையல்கட்டை நிர்வகிக்க மட்டும்தான் நான். எனக்கும் மனசிருக்கும், ஏக்கமிருக்கும்னு யாருக்கும் நினைப்பில்லே..."

"எனக்குப் புரியுது அது."

அவள் சுளீரென்று அவனை நிமிர்ந்து பார்த்தாள்.

"உங்களுக்குப் புரிஞ்சு எனக்கென்ன லாபம் சொல்லுங்க."

அவன் தலையைக் குனிந்து கொண்டான்.

"லாபம் நஷ்டம் பார்க்கிற விஷயமில்லே இது. நா உங்களுக்கும் சிநேகிதன்னு நீங்க புரிஞ்சுக்கணும். என்னாலே பிரத்யேகமா உதவ முடியாட்டாலும் உங்களுக்காகப் பேச நா ஒருத்தன் இருக்கேன்னு..."

அவளுக்குஉடம்புலேசாகச்சிலிர்த்தது.இவனுக்குஉண்மையிலேயே நம்மேல் இரக்கமோ கருணையோ இருப்பதாகப்பட்டது. அவள் தன்னைச் சமாளித்துக்கொண்டு சொன்னாள்.

“ரொம்ப நன்றி ஐயா. ஆனா நீங்க எனக்காகப் பேசினா அது வேற ஆபத்தாப் போகும். நீங்க பேசினாலும்தான் இங்கே கேட்க யாரிருக்காங்க.”

“அது வாஸ்தவம்தான்” என்றான் அவன் விசனத்துடன். பிறகு அவளை நேரடியாகப் பார்த்து மெல்லிய புன்னகையுடன் கேட்டான். ஆனா உங்க கட்சிக்கு ஒரு ஆள் இருக்கிறது உங்களுக்குப் பலம்தானே?”

அவள் தடுமாற்றத்துடன் அவனைப் பார்த்தாள். அந்தச் சிரிப்பும் பார்வையின் கனிவும் மனசை என்னவோ செய்தன. இதுவரை உணர்ந்தறியாத உணர்வுகள் சிலிர்த்துக்கொண்டு நெஞ்சில் ஜனித்தன. ஐம்புலிங்கத்தின் நெடிய கரிய உருவத்தைப் பார்த்ததுமே பீதியிலும் அருவெருப்பிலும் சுருங்கி விறைத்துக் கொள்ளும் உடம்பு தினகரனின் அண்மையில் உருகி நின்றாற்போல் நெகிழ்ந்தது. கன்னங்களும் காது மடல்களும் பனிப்போர்த்திய அந்த நேரத்திலும் உஷ்ணமாயின.

‘அழகிருந்து என்ன பிரயோஜனம் வெறும் மரக்கட்டைம்பாங்க இவங்க!’ ரத்தினத்தின் சிரிப்பு நினைவைத் தாக்கியது.

‘இல்லே! அது பொய்! நா மரக்கட்டை இல்லே...’

உடம்பின் உயிரணுக்கள் எல்லாம் துடித்துக்கொண்டு எந்த எதிர்பார்ப்பிலோ நின்றன. கண்கள் கிறங்கி மயங்கி அவளைச் செயலிழக்கச் செய்தன.

“உங்களுக்கு எம்மேல இன்னும் நம்பிக்கை ஏற்படலேன்னு நினைக்கிறேன்...”

அவள் திடுக்கிட்டுச் சுயநினைவுக்கு வந்தாள்.

‘ஓ! என்ன ஆயிட்டது நமக்கு?’ என்று அவளுள் ஒரு பீதி படர்ந்தது.

'நா ஒரு கல்யாணமான பொம்பளை இப்படியெல்லாம் மயங்கி நின்னா உருப்படுவேனா?' என்று கலவரம் ஏற்பட்டது. 'நா எதுக்கு இந்த ஆளோடு பேசிக்கிட்டு நிக்கறேன்?' என்று மனசு பதைத்தது.

"உங்கமேல நம்பிக்கை இல்லாமே இல்லே" என்று அவள் தயக்கத்துடன் இழுத்தாள். "உங்க சிநேகிதமும் அனுதாபமும் எனக்கு ஆபத்தைத்தான் வரவழைக்கும்."

"கவலைப்படாதீங்க. எந்த ஆபத்தும் வரும்படியா நா நடந்துக்க மாட்டேன்."

"உங்க சம்சாரத்தை ஒரு நாளைக்கு இங்கே அழைச்சிட்டு வாங்களேன்?" என்று அவள் பேச்சை மாற்றினாள்.

"கண்ணாலமே ஆகாதபோது எங்கிருந்து வருவா சம்சாரம்?"

அவள் வியப்புடன் அவனைப் பார்த்தாள்.

"இன்னும் கல்யாணமாகல்லையா? ஏன்? உங்க சிநேகிதருக்கு ரெண்டு கல்யாணம் ஆயிடுச்சி!"

அவன் சிரித்தான்.

"பதினாறு வயசிலேயே அவனுக்குக் கால்கட்டுப் போடணும்னு அவனுடைய அம்மா புரிஞ்சுக்கிட்டாங்க. நா ஒரு தகப்பனில்லாதவன், வீட்டுப் பொறுப்பு அதிகம். இப்பத்தான் கடைசி தங்கைக்குக் கல்யாணம் செஞ்சு முடிச்சேன். இனிமேதான் என்னைப்பத்தி யோசிக்கணும். உங்களுக்கு யாராவது நல்ல பெண் தெரிஞ்சா சொல்லுங்களேன்?"

அவள் சிநேகிதமாகச் சிரித்தாள்.

"உங்களுக்கு எப்படிப்பட்ட பெண்ணா இருக்கணும்?"

"உங்களைப்போல இருக்கணும்."

அவளுக்கு மீண்டும் இரத்த நாளங்கள் எல்லாம் உஷ்ணமேறி சிலிர்த்து உருகின.

அவள் தடுமாற்றத்துடன் தலையைக் குனிந்து கொண்டாள்.

"வேண்டாம், வேண்டாம் என்னைப்போல உங்களுக்கு வேண்டாம். நீங்களும் அப்புறம் திருப்தியில்லாம அலுத்துப் போய் இரண்டாங் கல்யாணம் செய்துக்குவீங்க."

அவன் அவளைத் தீர்க்கமாப் பார்த்தான்.

"ஜம்புலிங்கமும் நானும் ஒரே மாதிரி ஆளுங்கிறீங்க!"

அவள் பதில் சொல்லாமல் மௌனமாக நின்றாள்.

"அவனைப் போல நா மடையனில்லே!" என்றான் தொடர்ந்து.

திடீரென்று அவளுள் பலவீனமேற்பட்டது. சுயபச்சாதாபத்தில் கண்களில் நீர் பொங்கியது.

"வீடு ஒரே இருட்டா இருக்கு. நா போய் விளக்கேத்தறேன்" என்று அவன் தன்னைப் பார்க்காத வண்ணம் முதுகைத் திருப்பிக் கொண்டாள்.

"மரகதத்தைத் துணைக்கு உக்காரச் சொல்லுங்களேன்!" என்றான் அவன் மிருதுவாக. "இவ்வளவு பெரிய வீட்டிலே இராவேளையிலே தனியா உட்கார்றது பயமா இல்லே?"

"பயமாத்தான் இருக்கு!" என்றாள் அவள், "மரகதத்தோட புருஷனுக்குக் காய்ச்சல். அவனுக்குக் கஞ்சி காய்ச்சிக் கொடுத்திட்டு வரேன்னு சொல்லியிருக்கா."

"அப்ப சரி. அவ வர்றவரைக்கும் நா உக்காந்திருக்கட்டுமா?"

"வேண்டாம்" என்று சொல்ல அவளுக்குத் தயக்கமாக இருந்தது.

"நா ரேழியிலேயே உட்கார்ந்திருக்கேன். நீங்க உள்ளாரத் தாழ்ப்பாள் போட்டுக்கிட்டு உட்கார்ந்திருங்க" என்று அவன் புன்னகைத்தான். அவள் தயங்கினாள்.

"உள்ளே மின்சார விளக்கை ஏத்திக்கிட்டு உட்கார்ந்தா மாமியாருக்குப் பிடிக்காது. சரவிளக்கை ஏத்தணும், தினமும் மரகதத்துப் புருஷன் சண்முகம் செய்வான். எனக்கு எட்டாது."

"இவ்வளவுதானே. நா ஏத்தறேன்" என்று அவன் உள்ளே நுழைந்தான். தட்டுத் தடுமாறிச் சென்று மின்சார விளக்கின்

ஸ்விட்சைத் தட்டினான். அவள் உள்ளே சென்றாள். மாடப்பிறையில் இருந்த தீப்பெட்டியை எடுத்துக் கொடுக்க அவன் ஒரு நாற்காலியின்மேல் ஏறி இரண்டு சரவிளக்குகளை ஏற்றினான். "இன்னும் வேற எங்கேயாவது?" என்றான். "ஆமாம் சமையலறைக்குப் போற வழியிலே ஒரு ரேழி உண்டு அங்கெல்லாம் மின்சாரம் கிடையாது."

அவளைத் தொடர்ந்து அவன் விரைந்தான். அவள் பழக்கத்தினால் தடுமாறாமல் சென்றாள். அவன் எதன்மேலோ மோதி தடுக்கி "அம்மாடி" என்கையில், அவள் தன்னையறியாமல் "கையைக் கொடுங்க" என்றாள்.

அவன் பதில் பேசாமல் அவள் கையைப் பிடித்துக்கொண்டு நடந்தான்.

"இதுதான் ரேழி" என்றாள் அவள்.

"தீப்பெட்டி இந்தாங்க" என்று எங்கிருந்தோ எடுத்துக் கொடுத்தாள்.

"அடேயப்பா, இருட்டிலே ரொம்ப கூர்மையா இருக்கே உங்க பார்வை?" என்று அவன் வியந்தான்.

"இருட்டுதான் எனக்குப் பழக்கம்!" என்று அவள் சிரித்தாள்.

அவன் மௌனமாகத் தீக்குச்சியைக் கிழித்து அவள் காட்டிய திசையில் விளக்கை ஏற்றினான்.

"ரொம்ப நன்றிங்க. ஏதாவது சாப்பிடறீங்களா?" என்றாள் அவள்.

"வேண்டாம், நீங்க சாப்பிடுங்க. நான் வெளியிலே உட்கார்ந்திருக்கேன். மரகதத்தை வரச்சொல்லிட்டுக் கிளம்பறேன்" என்றான்.

அந்த மங்கிய ஒளியில் அவளை மீண்டும் தீர்க்கமாகப் பார்த்து,

"நீங்க விரும்பினாலும் விரும்பாட்டாலும் நா உங்க சிநேகிதன். அதை நீங்க மறக்கக் கூடாது" என்று கூறிவிட்டுச் சரேலென்று வெளியே நடந்தான்.

வெகுநேரத்துக்கு மனசு லாகிரியில் மிதந்தது. இது தவறு தவறு என்று மனத்தின் மூலையில் ஒரு குரல் ஒலித்துக் கொண்டிருந்தாலும், சண்டித்தனத்துடன் அதை லட்சியம் செய்யாமல் மிதந்தது.

வில் வண்டி சத்தத்தைத் தொடர்ந்து கல்யாணத்திற்குச் சென்றிருந்த கூட்டம் உள்ளே நுழைந்தபோது, இன்றைக்கு அதிசயமாகப் புதிய பலம் பெற்றாற்போல் நெஞ்சு நிமிர்ந்திருந்தது.

———

17

"ஹல்லோ பாட்டி!"

வெகு சுலபமாகப் பழைய நினைவிலிருந்து தன்னை விடுவித்துக்கொண்டு சரோஜினி திரும்பிப் பார்த்தாள்.

அருணா இன்று மிக லட்சணமாக இருந்தாள். அரக்குப் புடவையில்.

"வா!" என்றாள் சரோஜினி புன்னகையுடன். "அரக்கு நிறம் உனக்கு ரொம்ப நல்லாயிருக்குக் கண்ணு!"

"தாங்க் யூ பாட்டி" என்று சிரித்தபடி அருணா அவள் பக்கத்தில் வந்தாள். இன்னிக்கு சாயங்காலம் ப்ரீயா இருப்பீங்களா?"

சரோஜினி புன்னகைத்தாள். "இதென்ன கேள்வி? நா சும்மாத்தானே கிடக்கறேன் நாள் முழுவதும்?"

"இருந்தாலும் கேட்டுக்கறேன். சாயங்காலம் வெளியிலே போகலாம் வர்றீங்களா?"

"வரேனே! எங்கே?"

"லால் பாகுக்கு. இன்னிக்கு அங்கே ரோஸ் ஷோ. அம்மாவும் அப்பாவும் வேற எங்கேயோ போகணுமாம். நீங்க வாங்களேன்."

பாவம் இந்தப் பெண்ணுக்கு வேறு பொருத்தமான துணையில்லை என்கிற அனுதாபத்துடன்,

"வரேனே!" என்றாள் சரோஜினி புன்னகையுடன்.

அன்றைக்கு சனிக்கிழமை என்று ஞாபகம் வந்தது.

"இன்னிக்கு வீட்டிலேதான இருப்பே?" என்றாள்.

கைகளை உயரத் தூக்கி ஒரு சோம்பல் முறித்து, "அநேகமா" என்றாள் அருணா.

"இப்ப அப்பாவோடக் காய்கறி வாங்கப் போறேன். அங்கிருந்து வந்து எண்ணெய் தேய்ச்சுக் குளிக்கணும், நூல் புடவைகளுக்குக்

கஞ்சி போடணும், எல்லாம் காஞ்சப்பறம் இஸ்திரி போடக் குடுத்தனுப்பணும்!"

"அடேயப்பா எத்தனை வேலை!"

"கிண்டல் பண்றீங்களா!"

"இல்லே, நீ வளர்ந்த வளர்ப்புக்கு அதிகம்."

"நீங்களும்தான் செல்லமா வளர்ந்தீங்க. பிறகு மாடா உழைச்சீங்களாம். அதுக்கும் இதுக்கும் சம்பந்தமிருக்கா?"

"சம்பந்தமே இல்லே. ஏன்னா காலமே வேற. நாங்க வாழ்ந்த விதமே வேறே. நீ ஆம்பிளை படிக்கிற படிப்பு படிச்சிருக்கியே அதுக்காக வித்தியாசம் வேண்டாமா?"

அருணாவின் முகம் லேசாக இருண்டது.

"எனக்குள்ளே வித்தியாசம் இருக்கு பாட்டி, அதனாலேதான், எனக்குக் கிடைக்க வேண்டிய பங்கு கிடைக்கணும்னு வீம்பு பண்ணத் தோணுது. கிடைக்கல்லேன்னா சண்டை பிடிச்சாவது அதைப் பிடுங்கிக்கணும்னு ஆத்திரம் வருது."

சரோஜினி பதில் சொல்லாமல் அவளை மென்மையாகப் பார்த்தாள்.

அருணா தனக்குள் பேசிக் கொள்பவளைப் போலப் பேசினாள்.

"ஆனா எனக்குள்ளே ஏற்பட்டிருக்கற வித்தியாசத்தை மத்தவங்க எப்பப் புரிஞ்சுப்பாங்க? முக்கியமா ஆண்கள் எப்பப் புரிஞ்சுப்பாங்க? புரிஞ்சுக்கிட்டு அதுக்கு மரியாதை குடுக்கணும்னு ஒட்டுமொத்தமா சமூகம் எப்ப நினைக்கும்?"

அருணாவின் குரல் தழுதழுத்தது. கண்களில் நீர் துளிர்த்திருந்தது.

சரோஜினி திடுக்கிட்டாள். இந்தக் குழந்தை இன்னும் ஏன் இப்படி இந்த விஷயத்தை ஆரம்பிக்கும் போதெல்லாம் உணர்ச்சிவசப்பட்டுப் போகிறது என்று வருத்தமேற்பட்டது.

அவளுடைய கையைத் தட்டினாள், சமாதானமாக.

அருணா தன் போக்கில் பேசிக்கொண்டு போனாள்.

"இது நியாயமில்லேன்னு எடுத்துச் சொன்னதுக்காக நான் ஏதோ தப்பு செஞ்ச மாதிரி என்னைக் கேவலமாப் பார்க்காம இருக்க எப்பக் கத்துக்கும்?"

சரோஜினி மிருதுவாகச் சொன்னாள். "காலம் மாறிக்கிட்டு வருது அருணா, நா இருந்த காலத்துக்கும் நீ இருக்கறதுக்கும் நிறைய வித்தியாசம் ஏற்பட்டுப் போயிருக்கறதை நானே பார்க்கறேன்!"

"பெண்கள் மனசளவிலே ஏற்பட்டிருக்கிற வித்தியாசம் ஆண்களுக்கு ஏற்படல்லே பாட்டி. சமூகத்துக்கு ஏற்படல்லே. அதனாலேதான் ஒரு மூடிக்கிடக்கிற கட்டிடத்தை உடைச்சிக்கிட்டு வெளிவர மாதிரி, எதிர்த்து நிக்கற பெண்கள் களைச்சுப் போறாங்க."

"எப்பவுமே எதிர்த்து நிக்கறது என்கிறது சுலபமில்லே கண்ணு. எதிர்க்கத் துணிஞ்சியானா போராட்டத்துக்குத் தயாராகத்தான் இருக்கணும். அதை சமாளிக்க சாமர்த்தியம் இயற்கையா உனக்கு வரணும். நீ செஞ்சது சரின்னு மத்தவங்க நினைக்கிற ஒரு சூழலை நீதான் உருவாக்கணும். நா படிச்சவ இல்லே அருணா. ஆனா மெள்ள மெள்ள ஜனங்க மாறுவாங்கன்னு நம்பிக்கையிருக்கு. பெண்கள் எல்லாருக்கும் படிப்பு இருக்கணும். படிப்பு இருந்தா ஒரு வலு வரும். அந்த வலுவினாலே சமூகம் மாறிடும். மாத்திடலாம். ஏன்னா அதிலே ஒருத்திதானே நீ."

நீர் நிறைந்த கண்களுடனேயே அருணா கைகொட்டிச் சிரித்தாள்.

"அடேயப்பா, பாட்டி, உங்களுக்கு மட்டும் படிப்பறிவு இருந்திருந்ததானா ஊரை ஒரு கலக்குக் கலக்கியிருப்பீங்க. குறைந்தபட்சம் ஒரு மந்திரியாகவாவது ஆகியிருப்பீங்க."

"இந்த யோசனைக்கெல்லாம் படிப்பறிவு வேண்டியதில்லே. அனுபவம் போதும்" என்று சொல்லி, சரோஜினி சிரித்தாள்.

“உங்க கதையைத்தான் என்கிட்டச் சொல்ல மாட்டேங்கறீங்க!”

“அதெல்லாம் சொல்லும்படியா இல்லே கண்ணு!”

“நிச்சயம் ஏதோ இருக்குன்னு எனக்குத் தோணுது!”

சரோஜினி திடுக்கிட்டு அவளைப் பார்த்தாள்.

“எப்படிச் சொல்றே?”

“அந்த தினகரன் தாத்தாவைப் பார்த்ததிலேர்ந்து தோணுது!”

மிக மெலிதான அதிர்ச்சி ஏற்பட்டது. ‘நம் முகமும் பேச்சும் எந்த வகையிலாவது காட்டிக் கொடுத்துவிட்டதா?’

“அடச்சீ போ!” என்றாள் செல்லமாக. “சினிமா பாத்துப் பாத்து உனக்குக் கற்பனை அதிகமாய் போச்சு.”

“அப்ப ஒண்ணுமில்லையா?”

“ஊஹூம்!”

“அப்ப உங்க கதையிலே ஒண்ணும் சுவாரஸ்யமில்லேதான்.”

“ஊஹூம்! சினிமா நிச்சயம் எடுக்க முடியாது.”

ஏதும் அறியா அப்பாவியைப் போலச் சிரிக்கும் அவளை அருணா சில விநாடிகள் சுவாரஸ்யத்துடன் பார்த்தாள்.

“என்னாலே நம்பமுடியல்லே பாட்டி.”

“நீ நம்பறதைத் தவிர வேற வழியில்லே. ஏன்னா வெறும் உப்புச் சப்பில்லாத வாழ்க்கைதான் என்னுது.”

“அருணா!”

உள்ளேயிருந்து கார்த்திகேயனின் குரல் கேட்டது.

அருணா விருக்கென்று எழுந்தாள். “நா கிளம்பறேன் பாட்டி. அம்மாவை ஹீட்டரைப் போட்டு வெக்கச் சொல்லுங்க.”

“சரி. நா எண்ணெய் வைக்கிறேன் இன்னிக்கு உனக்கு.”

“ரைட்டோ!”

சரோஜினி எழுந்து அவளுடன் நடந்து வெளித்தாழ்வாரத்துக்கு வந்தாள். அருணாவும் கார்த்திகேயனும் கிளம்பிச் செல்வதைப் பார்த்த பிறகு தோட்டத்தில் இருந்த நாற்காலியில் சென்று அமர்ந்து கொண்டாள்.

அருணாவை நினைத்துச் சிரிப்பு வந்தது. "பாம்பின் கால் பாம்பறியும்" என்பது போல இவளுக்குள்ளே என்ன சந்தேகங்கள் என்று வியப்பாக இருந்தது.

'நிச்சயமாக ஏதோ இருக்குன்னு தோணுது அந்த தினகரன் தாத்தாவைப் பார்த்ததிலேர்ந்து!'

'கார்த்திகேயனும் அப்படித்தான் நினைப்பானோ? அவளுக்குக் கூச்சத்தில் கன்னம் லேசாகச் சிவந்தது. "விரோதி" என்று அப்பா பிரத்யேகமாகக் குறிப்பிட்டவரை அம்மா இத்தனை வருஷங்கள் கழித்தும் பார்க்க விரும்பியதற்கு ஏதேனும் அர்த்தம் கற்பித்துக் கொண்டிருப்பானோ?'

'என்ன வேணும்னாலும் நினைச்சுக்கட்டும்' என்று அவள் சொல்லிக் கொண்டாள். 'இவங்க இனிமே என்னைப் பத்தி என்ன நினைச்சும் எனக்கு என்ன ஆகப்போகுது!'

'தினகரனும் ரொம்ப யோசித்துத்தான் சொல்லி அனுப்பியிருக்கிறார். இத்தனை வருஷங்களாக அவர் எங்கே இருந்தார் என்றே தெரியாது.'

'ஒரேயடியாய் வெறுத்துப்போய் தமிழ்நாடே வேண்டாம்னு ஆந்திர மாகாணத்துக்குப் போயிட்டேன்...'

'அதாவது ஆந்திர மாகாணமாகப் பிரிந்தபோது போய்விட்டிருக்க வேண்டும்,'

'இப்படி வெறுப்பேற்பட்டிருக்க வேண்டுமானால்...'

'வெறுப்பா அல்லது பயமா?' சட்டென்று அவளுக்கு ஒரு விஷயம் ஞாபகத்திற்கு வந்தது.

"மகன் விபத்திலே இறந்து போனான்."

அவள் கண்கள் விரிய வெட்டவெளியைப் பார்த்தாள். தோட்டம் கண்ணுக்குப் புலப்படவில்லை. மனச்சாளரம் பளீரென்று திறந்தது. 'ஓ'வென்று நினைவலைகள் மோதுகையில் மார்பு படபடத்து நெஞ்சு பதறியது. புதிதாகப் புலப்பட்ட அர்த்தங்களைக் கண்டு உடம்பு நடுங்கிற்று.

அவள் வருஷங்களை முன்னுக்கும் பின்னுக்கும் புரட்டி ஞாபகங்களில் நின்ற சம்பவங்களையும் பேச்சையும் பொருத்திப் பார்த்தாள்.

மெல்ல மெல்ல அன்றைக்குப் புரியாத புகைமூட்டமாக இருந்த விஷயங்கள் இப்போது புரிய ஆரம்பித்தன.

அப்பொழுது கார்த்திகேயனுக்கு எட்டு வயது. ஜம்புலிங்கத்தின் சுபாவம் பழையபடிதான் இருந்தது. ஆனால், சரோசி மாறியிருந்தாள். பிள்ளைப் பெற்றுக்கொடுத்த மகராசி என்கிற மதிப்பு மாமியாரின் பார்வையில் ஏறியிருந்தது. மாமியார் கொடுத்த மதிப்பில் ஊரும் வீடும் மதிக்க ஆரம்பித்திருந்தன. அவளுக்கே குழந்தையின் விளையாட்டும் மழலைப் பேச்சும் ஒரு புதிய தெம்பை ஏற்படுத்தியிருந்தன. நீ செய்யும் அவமானங்கள் எல்லாம் என்னைப் பாதிக்காது என்று அவள் தன் செய்கையாலேயே ஜம்புலிங்கத்துக்கு உணர்த்த ஆரம்பித்திருந்தாள்.

மாமியாருக்கே ஜம்புலிங்கத்தின் போக்கு அலுப்பைத் தந்திருந்தது.

"அவன் ஒரு அறிவுகெட்டவன்" என்று சாகும் தருவாயில் அலுத்துக் கொள்வாள். "மனுஷங்களுடைய தராதரம் தெரியாதவன். ரத்தினம் என்ன சாதிச்சுப்புட்டான்னு புரியல்லே. அவ என்ன ஆட்டம் போட்டாலும் மயங்கிக் கிடக்கறான். ஒரு புள்ளையைப் பெத்துக் கொடுத்ததோடு உறவு போதுமா? உன்னை சன்னியாசினியா வெச்சுப்பிட்டானே பாவி" என்று வியப்பாள்.

சரோசி வாயே திறக்கமாட்டாள். திறந்தாலும்,

"நா திருப்தியாதாம்மா இருக்கேன்" என்பாள்.

"மவராசி நீ!" என்று மாமியார் திருஷ்டி வழிப்பாள். "நீ ஒரு தெய்வப் பிறவியாத்தான் இருக்கணும். இல்லேன்னா ஒரு சாதாரணப் பொம்பளைக்கு இத்தனை பொறுமை இருக்காது."

அவளை ரகசியமாகத் தன் அறைக்குக் கூப்பிட்டுத் தன்னுடைய நகைகள் அவ்வளவும் சரோசிக்கும் லக்ஷ்மிக்கும்தான் என்று பிரித்துக் கையொப்பம் பதித்து பத்திரம் எழுதச் சொன்னாள்.

மாமியார் இறந்து அந்திமக் கிரியைகள் முடிந்து, வீடும் ஓய்ந்து, அவளும் ஓய்ந்து, கொல்லை முற்றத்தில் ஒரு இரவு அவள் படுத்திருக்கையில் ஜம்புலிங்கத்தின் குரலும் வேறு ஒரு ஆளின் குரலும் கேட்டன. அங்கிருந்து எழுந்து உள்ளே போய்விடலாம் என்று அவள் முதலில் நினைத்தாள். ஆனால் உடம்பு ஒரேயடியாய் சோர்ந்திருந்தது. 'நா படுத்திருப்பது அவங்களுக்குத் தெரியாது' என்கிற தைரியத்திலும் சோம்பலிலும் படுத்திருந்தாள்.

"காரியம் முடிஞ்சு போச்சு சாமி" என்றான் அந்த ஆள்.

"எப்படி?" என்றான் ஜம்புலிங்கம்.

"சின்னப்புள்ளை ரோட்டுக்குக் குறுக்காப் போச்சு, ஏத்திட்டான் டிரைவர்."

"யாருக்கும் சந்தேகம் வராதே? நம்ப வண்டின்னு கண்டுபிடிக்க மாட்டாங்களா?"

"அதெல்லாம் கவலைப்படாதீங்க. இது அடுத்த ஜில்லா. நம்ம நம்பர் பிளேட்டைக்கூட மாத்திக் கொண்டு போனோம்."

"எத்தனை வயசு பிள்ளைக்கு?"

"நாலு."

அன்றைக்கு இரவு புரியாத பேச்சு இன்று சரோஜினிக்குத் தெளிவாகப் புரிந்தது.

——

18

திகுதிகுவென்று ஒரு ஜுவாலை புதிதாக அடிவயிற்றிலிருந்து பற்றியது. நாற்காலியைப் பிடித்திருந்த கைகள் அதிகமாக இறுகின. கண்கள் அகல விரிந்து ஐம்பது வருஷத் தொலைவை எட்டிப் பிடித்தன.

சரோஜினிக்கு நினைக்க நினைக்க இப்பவும் தாளமுடியவில்லை. ஐம்புலிங்கம் கொலைக்கும் அஞ்சாதவன் என்கிற சந்தேகம் சரோசிக்கு உண்டு. கிங்கரன்களைப் போல, அடியாட்கள் நாலைந்து பேர் முன்கட்டில் இருக்கும் ஓர் அறையில் எப்போதாவது ரகசியமாக அவனுடன் பேச்சு வார்த்தை நடத்துவது அவளுக்குத் தெரியும். அந்த ஆட்களைக் கண்டாலே அவளுக்கு மனத்தைக் கலக்கும்.

ஐம்புலிங்கத்திடம் அவர்களைப் பற்றி விசாரிக்க தைரியமில்லாமல் ஒருமுறை மாமியார் சுமுகமாக இருக்கும் சமயத்தில் அவள் மெல்லக் கேட்டிருக்கிறாள்.

“அதுயாரு அவங்க? பண்ணையாட்கள் மாதிரித் தெரியல்லையே? கொலைகாரப் பாவிங்க மாதிரித் தெரியறாங்க, வவுத்தைக் கலக்குது எனக்கு. அவங்களுக்கு என்ன வேலை இங்கே?”

சுமுகமாக இருந்த மாமியாரின் முகம் சட்டென்று விறைத்துக் கொண்டது.

“ஆம்பிளைங்களுக்கு எத்தனையோ விவகாரம் இருக்கும்! உனக்கும் எனக்கும் அதெப்பத்தித் தெரிஞ்சு என்ன ஆகணும்?” என்று சீறி விழுந்தாள்.

“இத்தனை பெரிய ஜமீனைக் கட்டிக்காக்கறது சாமான்னியம்னு நினைச்சியா?”

சரோசி வழக்கம்போல் வாயை மூடிக்கொண்டு தன் வேலையைத் தொடர்ந்தாள். ஆனால் மனசு சமாதானமாகவில்லை.

'கட்டிக் காக்கிற பொழப்பிலே வெட்டிச் சாய்க்கிற பழக்கமும் இருக்குமா?' என்ற கேள்வி உள்ளே எழுந்தது. எழுந்த வேகத்திலேயே அதை அவள் அமுக்கினாள்.

'நம்ம புருஷனைப் பத்தி இதென்ன நினைப்பு' என்று தன்னையே கடிந்து கொண்டாள்.

'நம்மகிட்டே அவங்க அனுசரணையா இல்லேங்கறதுக்காக இப்படியெல்லாம் நினைப்பு ஓடலாமா? மாமி சொல்றது போல பண்ணையிலே எவ்வளவோ விவகாரம் இருக்கும். போலீஸை எதிர்பார்க்கறதைவிட சொந்தமாக, ஆட்களைக் காவலுக்கு வெக்கிறது நல்லதுதானே' என்று சமாதானப்படுத்திக் கொண்டாள்.

ஆனால் அந்த சமாதானம் ஆட்டம் காணும்படியாக எத்தனையோ விஷயங்கள் பராபரியாக அவள் காதில் விழுந்திருக்கின்றன. வேலைக்காரர்களின் பேச்சில், விக்கித்து பயந்த பார்வையில் அவள் என்னவென்று கேட்டபோது மழுப்பும் மழுப்பலில் அவளுள் சந்தேக வித்து ஊன்றியிருக்கிறது. பண்ணையாட்களில் சடையப்பன் என்று ஒருத்தன். பரம யோக்கியன், உழைப்பாளி என்று சரோசிக்கு எண்ணம், தினகரன்கூட அவனை அவள் முன்னிலையில் ஜம்புலிங்கத்திடம் பாராட்டிப் பேசியிருக்கிறான்.

சடையப்பனுக்குக் குடியானவத் தெருவில் மிகுந்த செல்வாக்கு என்று கேள்விப்பட்டிருக்கிறாள். பொங்கலுக்குப் பொங்கல் கூடைகளைப் பழங்களாலும் காய்கறிகளாலும் நிரப்பி, "எங்க தோட்டத்ததுங்க" என்று பணிவாகச் சொல்லி சரோசியிடம் கொடுத்து நமஸ்கரிப்பான். ரத்தினத்தை மனைவியாக்கி ஜம்புலிங்கம் வீட்டுக்கு அழைத்து வந்த பிறகும் சரோசியைத்தான் "எஜமானியம்மா" என்று அழைப்பான்.

திடீரென்று ஜம்புலிங்கத்திற்குச் சடையப்பனைப் பிடிக்காமல் போயிற்று. தன்னை அவன் மதிப்பதில்லை என்று ரத்தினம் வத்தி வைத்திருப்பாளோ என்று சரோசிக்குத் தோன்றும். அடிக்கடி ஜம்புலிங்கம் சடையப்பனைக் கூப்பிட்டுக் கத்துவதும் அல்லது

அவனைப் பற்றி மற்றவர்களிடம் கத்துவதும் வழக்கமாகப் போயிற்று. அப்பொழுதுதான் ஒருநாள் தினகரன் அவனுக்காகப் பரிந்து பேசுவதைக் கேட்டாள்.

“சடையப்பன் நல்ல உழைப்பாளி ஜம்பு. அவனை நீ பகைச்சுக்கறது நல்லதில்லே. அவனைப் பார்த்துத்தான் மத்தப் பண்ணையாட்களும் சுறுசுறுப்பா இருக்காங்க. கண்ணை மூடிக்கிட்டு நீ அவனுக்கு எல்லா பொறுப்பையும் கொடுக்கலாம்.”

“அட உனக்கென்ன, அவன் கூடப்பிறந்தவனா வக்காலத்துப் பேச வந்துட்டே” என்றான் ஜம்புலிங்கம்.

“கூடப்பிறந்தவனா இருந்தாத்தான் பேசணுமா ஜம்பு! மனிதாபிமானங்கறது ஒண்ணு இருக்கா இல்லையா?”

“அதெல்லாம் எனக்குத் தெரியாது” என்றான் ஜம்புலிங்கம் விறைப்பாக. “என் உப்பைத் திங்கிற நாயி அவன், சும்மா வாலைச் சுருட்டிக்கிட்டு உக்காராம என்னமோ நியாயம் பேசி எல்லோரையும் மாத்த இல்லே பார்க்கிறான்?”

“அவன் சொல்றது நியாயம்தான் ஜம்பு. உன் பாட்டன் காலத்திலே இருந்த கூலியையே நீ இன்னும் கொடுத்துக்கிட்டு வரது நியாயமா?”

“நியாயமோ இல்லையோ, என்னாலே இப்ப அவ்வளவுதான் கொடுக்க முடியும். வயிறு காஞ்சவன் எவனாவது நம்ம ஜமீன்லே இருக்கானான்னு எங்கிட்டக் காண்பி.”

“உங்கிட்ட வந்து முறையிடாததாலே அப்படி யாரும் இல்லேன்னு நினைக்காதே. பற்றாக்குறையினாலேதானே இப்ப நியாயம் பேச ஆரம்பிச்சிருக்காங்க?”

“எல்லாம் அந்தத் திமிர்பிடிச்ச சடையப்பனுடைய தூண்டுதல்னாலே.”

சற்றுநேரம் தினகரன் எதுவும் பேசவில்லை. பிறகு துண்டை உதறித் தோளில் போட்டுக்கொண்டு எழுந்தான்.

“என்னவோ, உன் சிநேகிதன் என்கிற காரணத்தாலே உனக்கு நல்லது பொல்லாததை எடுத்துச்சொல்ல உரிமையிருக்குங்கற

நினைப்பிலே சொன்னேன். கேட்டுக்கறதும் கேட்டுக்காததும் உன்னுடைய உரிமை."

"ஆ, அதுதான் புத்திசாலித்தனமான பேச்சு, எல்லாரையும் நா அளந்துதான் வெச்சிருக்கேன். சடையப்பனை அடக்கற வழி எனக்குத் தெரியும்."

"அப்ப சரி" என்று விறுவிறுவென்று தினகரன் கிளம்பினான். மறைவில் நடையில் நின்றபடி அவர்கள் பேச்சைக் கேட்டுக் கொண்டிருந்த சரோசியைத் தாண்டிக்கொண்டு அவன் செல்லும்போது அவளைக் கண்ட வியப்பில் சில விநாடிகள் அவன் தயங்கி நின்றான். கண்களில் மெல்லிய மலர்ச்சி தோன்றி மறைந்து மறுவிநாடி விசனமோ, பச்சாதாபமோ பரஸ்பர அனுதாபப் பரிமாறல் போன்ற ஏதோ ஒன்று நிழலாடிற்று. பிறகு அவன் அங்கு நிற்காமல் அவளைக் கடந்து விரைந்து சென்றான்.

அவன் கண்களில் தெரிந்த அனுதாபமும் காருண்யமும் அவளை ஆட்கொண்டுவிட்டாற்போல் அவளுக்கு பிரமையேற்பட்டது. ஜம்புலிங்கத்திடமிருந்து எத்தனை மாறுபட்டவன் இவன் என்று ஆச்சரியம் ஏற்பட்டது. இவனுடைய சுபாவம் ஜம்புலிங்கத்திற்கு இருந்திருந்தால் என் வாழ்வே வேறு மாதிரி இருந்திருக்கும் என்கிற கற்பனையுடன் அவள் கொல்லை முற்றத்தில் அமர்ந்து கொண்டாள். நிலாவின் வெளிச்சமும் அதன் குளிர்ச்சியும் மேனியில் ஒரு தாபத்தைக் கிளப்பிற்று. உள்ளே ரத்தினமும் ஜம்புலிங்கமும் பேசிச் சிரிப்பதும் சல்லாபிப்பதும் மெலிதாகக் கேட்டன. 'ஜம்புலிங்கம் தினகரனைப் போல், மென்மையானவனாக, அனுதாபமுள்ளவனாக, இணக்கமாக இருந்திருந்தால் அவங்க தொட்ட மாத்திரத்திலே இந்த உடம்பு விறைச்சுப் போயிருக்காது. உருகிப் போயிருக்கும். ஆ... இல்லாத கொணத்தை நினைச்சு இப்ப யாருக்கு லாபம்? அவங்களுக்கு ரத்தினம்தான் சரியான ஜோடி, மாட்டுக்குக்கூட ஜோடிப் பொருத்தம் பார்த்துச் சேர்த்தாதான் இணக்கமா இருக்கும்.'

ஒருநாள் இருட்டில், தான் இடறி விழப்போக தினகரன் தன்னைப் பிடித்துக் கொண்டதும், ரத்த நாளங்கள் எல்லாம் சிலிர்த்து எழுந்ததும் நினைவுக்கு வந்தது. கன்னங்கள் சூடேறுவதைக் கண்டு அவள் திடுக்கிட்டு அந்த நினைப்பை விரட்டினாள்.

ரத்தினத்தை ஜம்புலிங்கம் திருமணம் செய்துகொண்டு வந்து வீட்டில் நடக்கும் கூத்தைக் காண சகிக்காமல் ஒருமுறை அவள் தன் பிறந்த வீட்டுக்குச் சென்றபோது அம்மாவிடம் சொல்லி அழுதாள். அம்மா சற்றுநேரம் பேசாமல் இருந்தாள். பிறகு மெல்ல சமாதானப்படுத்தும் குரலில் சொன்னாள்.

"இதப் பாரு, ரெண்டாங் கல்யாணம் செய்துகிட்டாரு, உண்மைதான். ஆனா உன்னை ஒதுக்கி வெச்சுடல்லியே? இன்னும் அவங்க வீட்டிலே அவங்க மனைவியாத்தானே இருக்கே?"

அவள் துடிப்புடன் அம்மாவைப் பார்த்தாள்.

"அப்படியிருக்கறதிலே ஏதாவது மதிப்பு இருக்கா? என்னை அனுப்பிட்டாங்கன்னா என்னைவிட நல்ல சமையல்காரி அவங்களுக்குக் கிடைக்கமாட்டா. நா வெறும் சமையல்காரிதான் அங்கே."

அவளுக்கு உதடுகள் படபடத்துக் கண்களில் நீர் முட்டிற்று. "என்னுடைய நிலைமை அம்மாவுக்குப் புரியல்லே" என்கிற ஆதங்கம் எழுந்தது.

அம்மா சுற்றும் முற்றும் பார்த்துத் தணிந்த குரலில் சொன்னாள்.

"இந்த ரெண்டாங் கலியாணமே உன்னாலே வந்த வினைதான்னு உன் மாமியார் ஜாடைமாடையா சொல்றாங்க. உனக்குக் குழந்தை பிறக்கல்லேன்னு ஒரு காரணம். அதோட நீ புருஷன்கிட்ட இணக்கமா நடந்துக்கறதில்லேன்னாங்க."

அவள் சுரீரென்ற கோபத்துடன் நிமிர்ந்தாள். 'தூத்தெறி இதையெல்லாம் தாயும் மகனும் பேசிக் கொள்வார்களா?'

“ஆ... ஆமாம். இவங்கதான் வந்து கண்டாங்க” என்றாள் ஆத்திரத்துடன் சொல்லத் தெரியாத ஆங்காரம் சுழன்று சுழன்று எழுந்தது.

“எங்கிட்ட அவங்க இணக்கமா இல்லேன்னு நான் சொன்னா நீ என்ன பண்ணுவே?”

“முதுகிலே வெப்பேன்” என்றாள் அம்மா காரமாக.

“அவுக ஆம்புள்ளைடீ! என்னவேணா செய்யலாம். இந்த ரத்தினமும் சலிச்சுப்போனா ஒரு சொர்ணத்தை இட்டாரலாம். நீ எப்படிக் கேக்கலாம். அவங்களைக் கைக்குள்ளே வைச்சுக்க உனக்கு சாமர்த்தியம் இல்லே. பிள்ளையைப் பெத்துக் குடுக்கல்லே. நம்ம வீட்டிலே யாரும் மலடுன்னு பேர் வாங்கினதில்லே. நீதான் இப்படியிருக்கே. இந்த மட்டும் உன்னை அந்த வீட்டு மூத்த மருமகளா இன்னும் மதிச்சு வெச்சுருக்காங்கன்னு சந்தோஷப்படு.”

இந்த விஷயத்துக்காக அம்மாதான் சந்தோஷப்படுகிறாள் என்று சரோசிக்குத் தோன்றிற்கு.

‘நீ எப்படிக் கேக்கலாம்?’

‘ஆக எனக்கு ஒரு உரிமையும் இல்லை. அவன் எனக்குக் கொடுத்திருக்கும் இந்த நிழலுக்காக நான் எழுதாமல் தந்திருக்கும் அடிமை சாசனம்.’

அம்மா இப்படிப் பேசி அவளை அனுப்பி, கிட்டதட்ட இரண்டு வருஷங்கள் ஆகிவிட்டன.

‘என்னை அவங்க அடிமைப்படுத்த நினைச்சாலும் நா என்னைக் கேவலப்படுத்திக்கல்லே’ என்று அவள் தனக்குள் சொல்லிச் சிரித்துக் கொண்டாள்.

‘எப்ப இன்னொரு பொம்பளையைக் கூட்டிக்கிட்டு வந்தியோ, அப்பவே உனக்கு இந்த உடம்பிலே இருக்கிற பாத்யதை போயிடுச்சுன்னு தீர்மானமா சொல்லியாச்சு. உனக்கு வேணுங்கறபோது வரதுக்கும் வேண்டாம் என்கிற போது ஒதுங்கறதுக்கும் நாய் ஜன்மம்னு நினைப்பா?’

'நா இப்ப எவ்வளவோ நிம்மதியா இருக்கேன். வேங்கை மாதிரி பாய்ஞ்சு என்னை நீ துவம்சம் செஞ்சதுதான் உடல் சுகம்னா எனக்கு அது வேண்டாம்.'

நிலா தண்ணென்று பொழிந்தது. நாடி நரம்பெல்லாம் எதற்காக ஏங்குகின்றன என்று புரியாமல் அவள் கண்களிலிருந்து சரம்சரமாய் நீர் வழிந்தது.

ஒருநாள் மாலை அவள் மல்லிகை அரும்புகளைத் தொடுத்துக் கொண்டிருந்தாள். அவளைத் தவிர குடும்பம் பூராவும் மதுரைக்குக் கிளம்பும் அமர்க்களத்தில் இருந்தது. கட்டுச் சோற்றைத் தயாரித்துவிட்டு சுவாமி படத்திற்கு மாலைகட்ட அவள் கொல்லையில் அமர்ந்திருந்தாள்.

அரக்க பரக்க எங்கிருந்தோ மரகதம் ஓடி வந்தாள். சுற்றுமுற்றும் பார்த்துவிட்டு மெல்லிய படபடக்கும் குரலில் அவளருகில் குனிந்து சொன்னாள்.

"அம்மா அந்தச் சடையப்பனை யாரோ கொலை பண்ணிட்டாங்க."

"என்னது?" என்றாள் அவள் அதிர்ந்து.

"நா நம்ப மாட்டேன்."

"சத்தியமாம்மா! தோட்டக்கார மாடசாமி கண்ணாலே பார்த்துட்டு வந்து சொல்றாரு."

அவள் திடுக்கிட்டு நிமிர்ந்து பார்த்தாள். சற்று எட்டி மாடசாமி நின்றிருந்தான். கண்களில் நீர் நிறைந்திருந்தது.

"ஆமாம்மா என் கண்ணாலே பார்த்தேன். எல்லையம்மன் கோவிலுக்குப் பின்னாலே ஓடற வாய்க்கால்லே கழுத்திலே வெட்டோடு பிணம் கிடந்துச்சு."

சரோசிக்குத் தாங்கவில்லை. 'சடையப்பன் எத்தனை நல்லவன்! அவனைக் கொல்லக் கிராதகர்களும் துணிவார்களா?' அவளுக்கு மார்பு படபடத்து, விழிகளில் நீர் பெருகிற்று. பூக்கூடை காலில்

இடறி உருளுவதையும் கவனிக்காமல் அவள் சரேலென்று எழுந்து உள்ளே விரைந்தாள். பெட்டியில் சாமானைத் திணித்துக் கொண்டிருந்த ஜம்புலிங்கமும் ரத்தினமும் நிமிர்ந்து பார்த்தார்கள். ரத்தினத்தின் முகத்தில் ஒரு ஏளனக் கேள்விக்குறி தோன்றிற்று.

"என்னங்க, என்ன அநியாயம் பாருங்க!" என்று சரோசி பொதுவாகப் பிரலாபித்தாள்.

நெஞ்சுக் குழியில் ஏதோ அடைக்க கண்களில் நீர் வழிய அவள் தடுமாறியபடி.

"அந்தச் சடையப்பனை யாரோ கொலை பண்ணிட்டாங்களாம். எல்லையம்மன் கோயில் வாய்க்கால்ல பொணம்கிடக்காம்."

யாரும் பதில் சொல்லவில்லை. அடடா அப்படியா என்று திகைக்கவில்லை. ஒரு இறுகிய மௌனம் நிலவிற்று. அதையெல்லாம் கவனிக்காமல் அவள் அரற்றினாள்.

"எத்தனை நல்லவன் அவன்! அவனைப் போயி யாரு..."

ஜம்புலிங்கம் நிதானமாக முன்னால் வந்து அவள் கன்னத்தில் ஒரு அறை வைத்தான்.

"எதுக்கு இப்படி ஒப்பாரி வெக்கறே? அந்தச் சடையப்பன் உனக்கு என்ன ஆவணும்? நீ அவனுக்கு வெப்பாட்டியா?"

அவள் அதிர்ச்சியுடன் அவனைப் பார்த்தாள். பொங்கி வரும் சிரிப்பை அடக்க முயல்பவளாக நிற்கும் ரத்தினத்தைப் பார்த்தாள்.

"தூ!" என்று இருவர் மேலும் காறித் துப்பவேண்டும் என்று எழுந்த வேகத்தை அடக்கிக்கொண்டு அவள் அறையைவிட்டு வெளியேறும் போது ஜம்புலிங்கம் ஏதோ மெல்லிய குரலில் சொல்வதும் அதற்கு ரத்தினம் பகபகவென்று சிரிப்பதும் காதில் விழுந்தது. மனத்தில் தீ பற்றியது.

———

19

காம்பவுண்டுக்குள் கார்த்திகேயனின் கார் உள்ளே நுழைவது தெரிந்தது. சரோஜினி திடுக்கிட்டு சுயநினைவுக்கு வந்தாள்.

"ரத்தினம் செத்துப்போய் பத்து வருஷம் ஆகுது. இன்னும் அவமேல எனக்கு இருந்த காட்டம் ஏன் குறையல்லே" என்று திகைப்பு ஏற்பட்டது.

இப்ப இந்தக் காலை வேளையிலே அவளைப்பத்தி நினைச்சுக்கிட்டு உட்கார்ந்தா மத்த ஒரு வேலையிலேயும் புத்தி ஓடாது.

கார் வந்து நின்ற சத்தம் கேட்டதும் முருகையன் விரைந்து வந்து வண்டியிலிருந்த கறிகாய் பைகளை எடுத்தான். அருணா சிரித்த முகத்துடன் சரோஜினியைப் பார்த்துக் கையசைத்தபடி வந்தாள்.

"என்ன பாட்டி, வெய்யில் காயறீங்களா?" என்றாள்.

"என்னுடைய காரியங்களுக்கெல்லாம் ஒரு அர்த்தமும் கிடையாது" என்று சரோஜினி புன்னகைத்தாள். உள்ளேயிருக்கிறதுக்குப் பதிலா வெளியிலே இருக்கேன்."

அருணா யோசனையுடன் அவளைப் பார்த்தாள்.

"சதா ஏதோ நினைப்பிலே இருக்கீங்க. அதான் எங்கே உட்கார்ந்திருக்கீங்கன்னுகூடத் தெரியல்லே. வெய்யில் சுளீர்னு அடிக்குது. உள்ளே வாங்க. எனக்கு எண்ணெய் தேய்ச்சு விடறேன்னு சொன்னீங்களே?"

"நினைவிருக்கே, வரேன்" என்றபடியே சரோஜினி எழுந்தாள்.

கூடவே நடந்த அருணா தயக்கத்துடன் கேட்டாள்.

"உங்களுக்குச் சிரமமா இருக்காதே பாட்டி?"

"இது என்ன சிரமம், வாராவாரம் தேய்ச்சி விடுவேன் முன்னே. இப்பத்தான் நீ வரதேயில்லே."

"உங்களுக்கும் வயசாகுதில்லே?"

"வயசானா என்ன? கெட்டி முட்டியாத்தானே இருக்கேன்? என் மாமியார் என்னை வேலை வாங்கியதும் நல்லதுதான். இப்ப கெட்டி முட்டியா இருக்கேன். எனக்கொரு சக்களத்தி இருந்தா தெரியுமில்லே, தின்னுட்டு தின்னுட்டு சொகுசா படுத்துக்கிடப்பா. அவளுக்குத்தான் நாற்பதைத் தாண்டறதுக்குள்ளே முடக்குவாதம் வந்தது. சர்க்கரை வியாதிம்பா. நெஞ்சுவலிம்பா. எப்பவும் படுக்கைதான்."

"அவங்களும் தாத்தாவுக்கும்மேல் உங்களை ஆட்டி வெச்சாங்களாமே?"

சரோஜினி சற்றுநேரம் ஏதும் பேசவில்லை. பிறகு மெல்ல பெருமூச்சுடன் சொன்னாள்.

"அவளைச் சொல்லிக் குத்தமில்லே கண்ணு. புல்லுக்கு அதிகாரம் கொடுத்தா அதுவும் துள்ளத்தான் செய்யும். அவ இருந்த இடத்திலே இருந்திருந்தா நானும் அப்படித்தான் இருந்திருப்பேனோ என்னவோ!"

"நீங்க நிச்சயம் அப்படி இருந்திருக்க மாட்டீங்க."

"நீ அப்படி நினைச்சா சரிதான். போயி ஏதாவது பழம் புடவைக் கட்டிக்கிட்டு வா. முற்றத்திலே ஒரு நாற்காலியைப் போட்டு உட்கார்ந்துக்கோ. தலைக்கு எண்ணெய் வைக்கறேன்."

அலையலையாக இடுப்புக்குக் கீழ் சரிந்த அருணாவின் கரிய கூந்தலுக்கு எண்ணை வைக்கும் போது 'படுபாவிப் பயலுக்கு இந்தப் பெண்ணை அனுசரிக்கத் தெரியல்லியே' என்று மீண்டும் துக்கம் ஏற்பட்டது. 'இதுக்கிட்ட என்ன குறையைக் கண்டான்.' மெலிதான ஒரு உணர்வு, பிரக்ஞையைத் தாக்கிற்று. 'எனக்கேற்பட்ட அனுபவம்தான் இந்தக் குழந்தைக்கும் ஏற்பட்டிருக்கணும். இதனுடைய மென்மையைப் புரிஞ்சுக்காத முரடன்.'

"உங்களுக்கு அவங்கமேல ரொம்ப ஆத்திரம் வந்திருக்கும். இல்லே பாட்டி?"

சரோஜினி திடுக்கிட்டாள்.

"யார்மேல?"

"சின்னப் பாட்டிமேல்."

"ஆ, ஆத்திரம் வராம போகுமா? வரும். ஆனா வந்து என்ன லாபம்? யாராவது அதை லட்சியம் செஞ்சாத்தானே அதுக்கு மதிப்பு?"

சற்றுநேரம் பேசாமல் இருந்த அருணா மெல்லக் கேட்டாள்.

"வேடிக்கையா இருக்கு பாட்டி நீங்க மலடுன்னு சொல்லி, தாத்தா வேற கல்யாணம் செய்துகிட்டாங்க. கடைசியிலே சின்னப் பாட்டிக்குத்தான் குழந்தையில்லே."

அவளுடைய முகத்தை நேருக்கு நேர் பார்க்காமல் தனக்குள் முணுமுணுத்துக் கொள்வதைப் போல சரோஜினி சொன்னாள்.

"திமிருக்காக ஆம்பிள்ளை செய்யற வேலைக்கெல்லாம் காரணம் ஒரு கேடா?"

"ஒண்ணு சொன்னா நீங்க தப்பா நினைக்க மாட்டீங்களே பாட்டி? உங்க இடத்திலே நா இருந்திருந்தேன்னா அப்படிப்பட்ட ஒரு திமிர்பிடிச்ச ஆம்பிள்ளைக்கு ஒரு பிள்ளை பெத்துக் கொடுத்திருக்க மாட்டேன். பக்கத்திலேயே போயிருக்க மாட்டேன்."

மெல்லிய குரலில் ரகசியம் பேசுவது போலத்தான் அருணா சொன்னாள். ஆனால் சரோஜினிக்கு அடிவயிற்றில் ஒரு ஜில்லிப்பு ஏற்பட்டது. கைகள் அரை நொடிக்கு ஸ்தம்பித்து நின்றன. தன்னைச் சுதாகரித்துக் கொண்டு மிதமிஞ்சிய சோகம் இழையோடும் குரலில் சொன்னாள்.

"என்னவோ அது ஒரு மானங்கெட்ட பொழப்புதான். இப்ப நினைச்சா சிலசமயம் கஷ்டமாத்தான் இருக்கு."

"சிலசமயம்தானா?"

சரோஜினி மென்மையாகச் சிரித்தாள். "உனக்குப் படிப்பிருக்கு, உத்தியோகம் பாத்து சுயமா நிக்கத் தகுதியிருக்கு. எதுவுமே இல்லாம அண்ட வந்த பரதேசியால என்ன செய்ய முடியும்?"

“ரோசம் என்கிறது பரதேசிக்கும் உண்டு பாட்டி.”

“உண்டுதான். அதுக்காக நிறையத் தண்டனையும் கிடைக்கும்...” என்று சரோஜினி சிரித்தாள்.

சரேலென்று அருணா நிமிர்ந்து பார்த்தாள்.

“நீங்க எப்படிப் பாட்டி சிரிச்சுக்கிட்டே இருக்கீங்க?”

சரோஜினிக்கு மீண்டும் சிரிப்பு வந்தது.

“ரோசம் கெட்டவ வேற என்ன செய்வா?”

அருணாவின் முகத்தில் சிந்தனைக் கோடும் வியப்பும் தெரிந்தன.

“போதுமா தேச்சது?” என்று சரோஜினி அவள் கன்னத்தில் எண்ணெய்க் கையை வழித்தாள்.

“போதும் பாட்டி ரொம்ப தாங்க்ஸ். ரொம்ப சுகமா இருந்தது.”

கைகளை சீயக்காய் குழம்பில் தேய்த்துக் கழுவிக்கொண்டு சரோஜினி தன்னுடைய அறைக்குத் திரும்பினாள்.

குழந்தையாக, வெகுளியாகத் தெரிந்தாலும் அருணா மிகவும் சூட்சும புத்தி உள்ளவள் என்று நினைத்து வியப்பேற்பட்டது.

‘நானாயிருந்தா பக்கத்திலேயே போயிருக்க மாட்டேன்.’

சரோஜினி தனக்குள் சிரித்துக் கொண்டாள். “என்னுடைய ரத்தம் உனக்குள்ளேயும் இருக்கே” என்று முணுமுணுத்துக் கொண்டாள்.

‘எனக்குள்ளே அப்பல்லாம் ரொம்ப எதிர்ப்பு இருக்கத்தான் இருந்தது. வீட்டு வேலையையெல்லாம் ஒரு கடமையை செய்யறதைப்போல செஞ்சாலும் கௌரவப் பிரச்சனைன்னு வரும்போது விட்டுக்கொடுத்ததில்லை. அவமானம் ஏற்பட மனசிலே ஊமைக்காயம் ஆழமாப் போயிட்டது. மனசு சுள்ளியாய் காய்ஞ்சு தீப்பத்தி எரியத் தயாரானது போல் எனக்கே புரிஞ்சுபோச்சு.’

‘சடையப்பன் செத்துப்போன அன்னிக்கு பதைச்சுப் போய் நின்ன என்னை அவங்க ஏளனமாப் பேசி விரட்டினதும் அதுக்கு ரத்தினம் ஒத்து ஊதற மாதிரி சிரித்தபோது அப்பத்தான் சுள்ளியா போயிருந்த மனசு பக்குனு பத்திக்கிட்டது.’

சாய்வு நாற்காலியில் சாய்ந்து உட்கார்ந்திருந்த சரோஜினி கண்களை மூடிக்கொண்டாள் ‘அன்னிக்கு நடந்த விஷயத்துக்கு நா பொறுப்பில்லே, அவங்களும் ரத்தினமும்தான் பொறுப்பு’ என்று சொல்லிக் கொண்டாள்.

‘மனசிலே வருத்தம் ஏதுமில்லே?’ என்று அன்று இத்தனை வருஷங்கள் கழித்து தினகரன் கேட்டது நினைவுக்கு வந்தது.

‘இல்லே’ என்று அவள் தனக்குள் சொல்லிக் கொண்டாள். வெகு ஆர்வத்துடன் மனச் சாளரத்தைத் திறந்தாள்.

சடையப்பன் இறந்துபோன செய்தியின் பாதிப்பு துளிக்கூட இல்லாமல் குடும்பம் முழுவதும் புதிதாக வாங்கியிருந்த மோட்டார் வண்டியில் மதுரைக்குக் கிளம்பிற்று. ஜம்புலிங்கத்தின் அடியும் ரத்தினத்தின் சிரிப்பும் மனதில் கிளப்பிவிட்ட சூறாவளிக்குமேல் சடையப்பனின் மரணத்துக்கும் ஜம்புலிங்கத்தின் திமிர்பிடித்த அலட்சியப்போக்குக்கும் சம்பந்தம் இருக்க வேண்டும் என்கிற சந்தேகம் அதிக அதிர்ச்சியை ஏற்படுத்திற்று. எப்படிப்பட்ட மட்டமான குணங்கள் கொண்டவன் நம் புருஷன் என்று அருவெருப்பேற்பட்டது. ‘பணத்திமிரும் ஆண் என்கிற திமிரும் மனுஷனை இப்படி ஆட்டி வைக்குமா? அவளுக்குத் திடீர் என்று தினகரனின் ஞாபகம் வந்தது. அவன் எத்தனை மாறுபட்டவன்! பெரிய ஜமீன்தார் என்ற பெயரில்லாவிட்டாலும் நிலமும் நீச்சும் உள்ளவன்தான். அவனும் ஒரு ஆண் மகன்தான். எத்தனை நியாயமானவனா நாகரீகமான பண்புள்ளவனாயிருக்கான்! அவனுடைய சிநேகிதம் இந்த மனுஷனை எந்தவிதத்திலேயும் மாத்தாதது எத்தனை துரதிஷ்டம். பிறப்பும் வளர்ப்பும்தான் காரணமாயிருக்கணும். அம்மாக்காரியின் அசட்டு வளர்ப்பு. நீ

நினைச்ச காரியத்தை நடத்திக்கலாம்னு தூபம் போட்டு வளர்த்த வளர்ப்பு...'

"மரகதம் துணைக்கு இருப்பா, நாலு நாளையிலே வந்துடறோம்" என்று மாமியார் ஒப்புக்குச் சொல்லிவிட்டு நகர்ந்தபோது சரோசி பதிலே சொல்லவில்லை. வாயைத் திறந்தால் ஆத்திரமோ அழுகையோ வெடிக்கும்.

அவர்கள் கிளம்பிப்போன சிறிது நேரத்திற்கெல்லாம் மரகதத்தின் புருஷன் பதற்றத்துடன் வந்தான்.

"மரகதத்துடைய அப்பன் காலமாயிட்டாராம். மச்சினன் வந்திருக்கான். எல்லாரும் உடனடியாகக் கிளம்பணும். நீங்க தனியா இருப்பீங்களேன்னு தயக்கமாயிருக்கு. யாரை துணைக்குக் கூப்பிடறதுன்னு தெரியலீங்க. சடையப்பனுடைய சாவினாலே பண்ணையாட்கள் வேற யாரும் இப்ப வரமாட்டாங்க. காலையிலே தோட்டக்காரன் வந்திருவான். அவன்கிட்டச் சொல்லி அவன் பெண்ஜாதியை வேலைக்கு வரச்சொல்லலாம். படுக்கவும் சொல்லலாம். இன்னி இராப்போதுக்குத்தான்."

அவளுக்கு "திக்"கென்றுதான் இருந்தது. சுயபச்சாதாபத்தில் ஆத்திரம் வந்தது. தன்னைச் சமாளித்துக்கொண்டு,

"நீங்க பாட்டுக்குக் கிளம்புங்க, என்னைப்பத்திக் கவலைப்படாதே. ஒரு ராத்திரிதானே, நா சமாளிச்சுக்குவேன் நீ கிளம்பு" என்றாள்.

மரகதம் பெருங்குரலில் அழுவது கேட்டது. "நீ கிளம்பு" என்று சொல்லிவிட்டு அவள் வாயில் கதவைச் சாத்திக் கொண்டாள்.

பிரபஞ்சமே தன்னை நிராகரித்து நிர்க்கதியாக்கி விட்டாற்போல் அவளை பீதியும் தனிமையும் ஆட்கொண்டது. அவள் தன்னைக் கட்டுப்படுத்திக்கொள்ள இயலாமல் விசித்து அழுதாள். அது அடக்கமாட்டாத கண்ணீராக வெளிப்பட்டது. இருள் விரிந்துவிட்டதை உணராமல் அவள் அமர்ந்திருக்கையில் இரண்டாம் கட்டுக் கதவை யாரோ தட்டினார்கள்.

அவள் முகத்தைத் துடைத்துக்கொண்டு "யாரது?" என்று குரல் கொடுத்தாள்.

"நான்தான் தினகரன். கதவைத் திறங்க!" என்ற பதிலைக் கேட்டதும் சட்டென்று ஒரு பக்கபலம் வந்து சேர்ந்தது போல் நெஞ்சில் மலர்ச்சி ஏற்பட்டது. ரேழியின் மங்கலான மின்சார விளக்கை ஏற்றி அவள் கதவைத் திறந்தாள்.

அவன் உள்ளே நுழைந்து சுற்றிலும் பார்வையை ஓட்டி, "வீட்டிலே யாருமில்லே?" என்றான்.

"யாருமில்லே. எல்லோரும் மதுரைக்குப் போயிருக்காங்க" என்றாள் அவள் தலையைக் குனிந்தபடி, உடைந்த குரலில்.

"மரகதம்? அவ வீடுகூடப் பூட்டிக்கிடக்கு?"

அவள் முகத்தை வேறுபக்கம் திருப்பிக் கொண்டாள்.

"அவளுடைய அப்பனும் இன்னிக்குத்தான் நேரம் பார்த்திருக்காரு சாக..."

அவள் சட்டென்று அடி வயிற்றிலிருந்து பொங்கிய துயரத்தை அடக்க மாட்டாதவளாய் கண்களைக் கைகளால் பொத்திக்கொண்டு நெஞ்சு வெடித்துவிடும் போல் அழ ஆரம்பித்தாள்.

"ஓ! அழாதீங்க அழாதீங்க" என்றான் அவன் பதைப்புடன்.

அந்தக் குரலிலிருந்த பரிவு அதிகக் கண்ணீரை வரவழைத்தது.

இரண்டு வலுவான கரங்கள் அவளது தோளில் அமர்ந்தன. உடல் சிலிர்த்து கண்ணீர் ஸ்தம்பிக்க அவள் தன் கைகளை விலக்கி நிமிர்ந்து பார்த்தாள்.

"நீங்க அழுதா எனக்குத் தாங்காது" என்றான் அவன் மிருதுவாக. அந்தக் கண்களில் இருந்த கனிவு அவளுள் ஒரு புதிய பிரவாகத்தைக் கிளப்பிற்று.

அவனது கைகளை விலக்காமல் அவள் தலையைக் குனிந்தபடி முணுமுணுத்தாள்.

"இந்த அழுகை மட்டுந்தான் எனக்கு இப்பத் துணை."

“பயப்படாதீங்க நா இருக்கேன் உங்களுக்குத் துணையா” என்றான் அவன், பயந்து போயிருக்கும் சிறுமியைச் சமாதானப்படுத்துவது போல.

அவன் தொடர்ந்து மிருதுவாகக் கேட்டான்.

“இதுக்கு முந்தியும் உங்களைத் தனியா விட்டுட்டுப் போயிருக்காங்களே. இன்னிக்கு என்ன புதுசா இந்த பயமும் அழுகையும்?”

அவளுக்கு உடனே சடையப்பனின் மரணச் செய்தியும் ஜம்புலிங்கத்தின் அடியும் ரத்தினத்தின் பரிகாசச் சிரிப்பும் வரிசையாக நினைவுக்கு வந்தன.

‘ஜம்புலிங்கம் என்ன சொல்லியிருப்பான், அவள் அப்படிச் சிரிக்க?’

‘இவளுக்குப் பதிலாக ஒரு கட்டையோடு படுக்கலாம்னு கட்டை விரிச்சுட்டான் சடையப்பன் என்றிருப்பானோ?’

——

20

குப்பென்று தீப்பற்றிக் கொண்டது உடம்பு முழுவதும். மீண்டும் கரகரவென்று சரோசியின் கண்களிலிருந்து நீர் வழிந்தது.

தினகரன் பதற்றத்துடன் தனது துண்டால் அவள் கண்ணீரைத் துடைத்தான். "என்ன நடந்தது. ஜம்பு அடிச்சானா?"

அவள் "ஆமாம்" என்ற அர்த்தத்தில் தலையசைத்தாள்.

"ஜம்பு ஒரு மிருகம்!" என்றான் அவன் கோபமாக. "எதுக்கு அடிச்சான்? மதுரைக்குப் போக ஆசைப்பட்டீங்களா?"

"நா எதுக்கு இவங்ககூட நாயாட்டம் போகணும்!" என்றாள் அவள் ஆத்திரத்துடன். "சடையப்பன் இறந்து போயிட்டானாமேன்னு பதறிக்கிட்டு ஓடிக் கேட்டேன். அதுக்கு இந்த அடி. அதுக்குமேல் அசிங்கமான கெட்ட வார்த்தை வேற. அதைக் கேட்டு ரத்தினம் சிரிக்கிறா!"

சட்டென்று ஏதோ புரிந்துபோனதுபோல மனசு அதிர்ந்தது. சடையப்பனை ஜம்புலிங்கம்தான் ஆள் வைத்துக் கொன்றிருக்க வேண்டும். தினகரனுக்குத் தெரியாமல் இருக்காது.

அவள் புதிதாக அவமானமேற்பட்டது போலக் குலுங்கிக் குலுங்கி அழுதாள்.

"தயவுசெய்து அழாதீங்க" என்றான் அவன், சங்கடத்துடன். தோளிலிருந்து கைகள் கீழிறங்கி அவள் முதுகைச் சமாதானமாகத் தட்டின.

அந்த மிருதுவான குரலும் அவனது ஆண்மையும் போதையேற்றின. என்ன செய்கிறோம் என்றே புரியாமல் அவள் அவன் மார்பில் முகத்தைப் புதைத்துக் கொண்டாள். சட்டென்று அவனுடைய கைகள் அவளை இறுக அணைத்துக் கொண்டன. அந்த ஸ்பரிசத்தில் அலைஅலையாக ரத்த அணுக்களுள் மின்சாரம் பாய்ந்தாற்போல் அவள் சிலிர்த்துப் போனாள்.

கண்கள் கிறங்கி கன்னங்களும் காது மடல்களும் சிவந்து, இந்த ஆலிங்கனத்துக்கே கல்பகோடி காலமாய் காத்திருந்தாற் போல் ஒரு தாபம் எழுந்தது. மனத்திலிருந்த பயங்களெல்லாம் தளைகளை அறுத்துக்கொண்டு வெளியேறினாற் போல் விலகிச் செல்ல, ஒரே ஒரு பிரதான உணர்வின் எல்லையில் அவள் நின்றாள்.

அடக்கி வைத்திருந்த தாபத்தையெல்லாம் வெளியிடும் தீவிரத்துடன் அவனது அதரங்கள் அவள் மேனியெங்கும் பதிந்தபோது அவள் நெக்குருகிப் போனாள்.

உடம்பே இசைந்தது. கண்டிராத ராகப் பிரஸ்தாரத்தில் சஞ்சரித்தது. சொர்க்க வாசல்களைத் திறந்தது. எப்படிப்பட்ட அனுபவம் இது. எப்படிப்பட்ட லாகிரி இது. பேரின்பத்தை எட்டிவிட்டாற் போன்ற சந்தோஷமும் நிம்மதியும் அவளை ஆட்கொண்டன. முகம் பளபளக்க அதரங்கள் புன்னகையில் விரிய அவள் இன்னும் போதை மறையாத கண்களுடன் அவனைப் பார்க்கையில் தினகரன் தலையைக் குனிந்துகொண்டு சற்றே எட்ட நின்றான்.

“மன்னிச்சுக்குங்க” என்றான், மெல்லிய குரலில். “நிமிஷ நேரத்திலே புத்தி தடுமாறிப் போச்சு, தப்புப் பண்ணிட்டேன்.”

அவள் பதில் சொல்லவில்லை. அவளுக்கே புரியாத வகையில் மனசு நிறைந்திருந்தது.

அவளது மௌனத்தைத் தாங்க முடியாதவனைப் போல அவன் மீண்டும் தலையைக் குனிந்தபடி சொன்னான்.

“நா செஞ்சது மன்னிக்க முடியாத தப்பு. மன்னிப்புக் கேட்கிறதுகூட அபத்தமா தோணுது. நா கிளம்பறேன்.”

“வேண்டாம் நில்லுங்க” என்றாள் அவள் தெளிவாக, “எனக்குத் துணை இருக்கிறதாச் சொல்லிட்டு எங்கக் கிளம்பறீங்க?”

அவன் திகைப்புடன் அவளைப் பார்த்தான்.

“துணைக்கு நின்ன லட்சணம் என்ன ஆச்சிப் பாருங்க...”

அவள் மெல்லிய குரலில் சொன்னாள்.

"இயற்கைக்கு விரோதமா எதுவும் நடக்கலே ஐயா! நடந்ததை எந்த சக்தியும் தடுத்திருக்க முடியாது. நீங்க மன்னிப்புக் கேட்க வேண்டிய அவசியமில்லே. தடுமாற்றம் எனக்கும் ஏற்பட்டது உண்மை..."

"என்னாலே களங்கமேற்பட்டுப் போனதும் உண்மைங்க..."

அவள் சுரீரென்று அவனை நிமிர்ந்து பார்த்தாள்.

"ஆ அப்படிப்பட்ட வார்த்தைகளைப் போட்டுக் குழப்பிக்காதீங்க. பெண்ணாண்டுக்கிட்டு யோக்கியமான ஒரு ஏழையைக் கொலை பண்ணிவிட்டு, கூச்சமே இல்லாம வளைய வர திமிர் பிடிச்ச மனுஷங்க இருக்கிற இந்தக் கும்பல்லே நீங்க இப்படிப் பேசறது வேடிக்கையா இருக்கு. எந்தக் கொலை பாதகமும் நாம் செய்யல்லே, நீங்க வீணா குழப்பிக்காதீங்க."

அவன் இன்னமும் திகைப்புடன் நின்றான்.

"உங்களுக்குக் குழப்பமில்லையா?"

அவள் மென்மையாகப் புன்னகைத்தாள்.

"இல்லே உண்மையிலே மனசு தெளிஞ்சிருக்கு."

அவன் பேசாமல் ஒருவித மரியாதையுடன் அவளைப் பார்த்தான்.

"நான் வெறும் கட்டையில்லே என்கிறதைப் புரிஞ்சுக்கிட்டேன் இன்னிக்கு."

"பாட்டி லால்பாகுக்குப் போகணும்னு சொன்னேனே?"

சரோஜினி மெல்ல யதார்த்தத்துக்குத் திரும்பினாள். ஜன்னலுக்கு வெளியே பதித்திருந்த பார்வையை விலக்காமல்,

"போகலாமே, எப்பப் போகணும்?" என்றாள்.

"நாலு மணிக்கு! இப்ப மணி மூணரை ஆகுது. சாப்பிட்ட பிறகு ரெஸ்ட் எடுத்துக்கிட்டீங்களோ? உட்கார்ந்தே இருக்கீங்க போலிருக்கு."

“இதுவும் ரெஸ்டுதானே!” என்று சரோஜினி சிரித்தாள்.

“நா தயாராயிடுவேன் அஞ்சு நிமிஷத்திலே, நீ ரெடியாகு போ.”

“ரைட்டோ!” என்றபடி அருணா விரைந்தாள்.

சரோஜினி எழுந்து குளியலறையில் இருந்த கண்ணாடியின் முன் நின்று தலையைச் சீவ ஆரம்பித்தாள். முடி இன்னம் நளினிக்கு நரைத்த அளவுகூட நரைக்கவில்லை. சருமம் தாழம்பூ நிறத்தில் தளராமல் பளபளப்புடன் இருந்தது.

‘அருணாவுடைய வயசிலே இந்த உடம்பு இன்னும் எப்படித்தான் இருந்திருக்கும்?’

‘தங்கிட்ட இருக்கிற பொக்கிஷத்தைப் பத்திப் புரிஞ்சுக்காத மடையன்!’

இப்பொழுது நினைத்து சரோஜினிக்குச் சிரிப்பு வந்தது.

‘ஒருத்தருக்கு விருப்பமானது இன்னொருத்தருக்கு விருப்பமில்லாம எப்படிப் போகுது? தினகரன் தொட்ட மாத்திரத்திலே உருகிப்போன உடம்பு, ஜம்புலிங்கம் செஞ்ச அட்டகாசத்துக்கெல்லாம் எப்படிக் கட்டை போலக் கிடந்தது? இத்தனைக்கும் அம்மாவும் மத்தவங்களும் படிச்சுப்படிச்சு சொல்றாப்போல புருஷனுக்கு எல்லா விதத்திலேயும் இணக்கமா இருக்கணும், அதுதான் உன் கடமைன்னு சொல்லியும்...! கல்யாணத்துக்கு முன்ன நாலைஞ்சு ஜோஸ்யர்கிட்ட ஜாதகம் காண்பிச்சுப் பத்துப் பொருத்தம் அமைஞ்சிருக்குன்னு உத்திரவாதம் கேட்டு செஞ்ச கல்யாணம். வெவ்வேறு ஜாதி மாட்டைச் சேர்த்து விட்டாப்பலே இல்லே ஆயிடுச்சு?’

‘அருணாவுக்கும் இதே அனுபவம்தான் ஏற்பட்டிருக்கும் நாலு சுவத்துக்கு நடுவிலே சிறைப்பட்ட வாழ்க்கை நா வாழ்ந்த மாதிரி அவ வாழாததாலே எனக்கேற்பட்ட கட்டாயங்கள் அவளைக் கட்டாயப்படுத்தல்லே...

கட்டாயப்படுத்தியிருந்தா ஆச்சரியப்பட மாட்டேன்.’

'தான் கண்ட பெண்ணோடு சுத்தறது. ஆனா நா எந்த ஆணோடயாவது சாதாரணமாப் பேசினால்கூட சந்தேகிக்கிறது. சிலசமயம் எனக்கும் தோணும் பாட்டி, நிஜமாவே எவனோடயாவது ஓடிப்போனா என்னன்னு.'

சரோஜினி தனக்குள் சிரித்துக் கொண்டாள்.

'ஆனா அவ, ஓடிப்போல்லே மனசிலே பொங்கற உணர்ச்சிக்கெல்லாம் வடிகால் பல விஷயங்கள்லே இருந்ததாலே எந்தப் பழிபாவத்துக்கும் ஆளாகல்லே.'

அவளுக்கு மீண்டும் சிரிப்பு வந்தது. 'எது பழி? எது பாவம்? மனுஷத்தனமே இல்லாத அக்கிரமங்கள் எல்லாம் உலகத்துலே நடக்குது. அதெல்லாம் வாழ்க்கையோடு ரொம்ப இயல்பா போயிட்ட மாதிரி ஏத்துக்கப் பழகிட்டது உலகம். ஆனா ஒரு பொம்பளை சந்தர்ப்ப வசத்தாலே அது போட்டு வச்சிருக்கிற கோட்டை தாண்டிட்டான்னா மன்னிக்க முடியாத குற்றவாளியா ஆக்கிடுது! நாக்கை வளைச்சுப் பேசுது...'

அவள் முகத்தைக் கழுவிக்கொண்டு வேறு புடவை கட்டிக் கொண்டாள்.

"நீங்க ஒரு அசாதாரணப் பெண்மணி சரோஜினி அம்மா!"

'யார் சொன்னது இதை?'

அவளுக்கு உடம்பு ஒருமுறை சிலிர்த்தது. தினகரனுடைய வார்த்தைகள்.

'அந்த வார்த்தைகளுக்கு என்ன அர்த்தம். சாதாரணப் பெண்ணாக இருந்திருந்தால் குற்ற உணர்வில் செத்திருப்பாய் என்று அர்த்தம்.

குற்றமா நினைக்காதபோது எனக்கு ஏன் குற்ற உணர்வு ஏற்படணும்? அன்னிக்கு ஏற்பட்ட அனுபவத்தாலே நா என் பவித்திரத்தை இழந்துட்டதா நினைக்கல்லே. அவமானமேற்படல்லே. உண்மையிலே கட்டின புருஷன் என் உடம்பை மனுஷ உடம்பா நினைக்காம ஹிம்சைப்படுத்தினப்பதான் அவமானப்பட்டேன். களங்கப்பட்டுப் போனதா துடிச்சுப் போனேன்.'

மாலையில் குளிரும் என்கிற யோசனையுடன் அவள் புடவைக்குப் பொருந்தும் நிறத்தில் ஒரு ஷால்வையை எடுத்துக்கொண்டு வந்தாள். கருத்த நீலத்தில் ஜரிகைக் கரைபோட்ட க்ரேப்ஸில்க்கில் அருணா ஜொலித்தபடி கீழே இறங்கினாள்.

'தங்கிட்ட இருக்கிற பொக்கிஷத்தைப் பத்திப் புரிஞ்சுக்காத மடையன்' என்ற தினகரனின் வார்த்தைகள் பிரபாகருக்கும் பொருந்தும் என்று தோன்றுகையிலேயே, 'அதான் உறவே விட்டுப் போச்சே. இனிமே அதைப் பத்தி என்ன யோசனை' என்று சமாதானப்படுத்திக் கொண்டாள்.

"ரெடியா பாட்டி?" என்று சிரித்தபடி அருணா அருகில் வந்தாள். "வாங்க" அவளுடன் கூட நடந்து சென்று காரில் அமர்ந்ததும் சரோஜினி புன்னகைத்தாள். "இந்தப் புடவையிலே ரொம்ப நல்லாயிருக்கே கண்ணு."

சட்டென்று அருணாவின் முகம் பிரகாசமாயிற்று,

"தாங்க்ஸ் பாட்டி" என்றாள் சிரித்தபடி "அம்மாவுக்குப் பிடிக்கறதில்லே, நா நல்லா டிரஸ் பண்ணிக்கிட்டா!"

"இந்த வயசிலே நல்லா பண்ணிக்காம எப்ப பண்ணிக்கணுமாம்?"

"நா வித்தியாசமா நடந்துக்கணும்னு அம்மாவுக்கு எண்ணம். விதவைக் கோலம் போட்டுக்கிட்டாக்கூட அம்மாவுக்குத் திருப்தியா இருக்கும்."

"சீச்சீ! என்னைக் கேட்டா உனக்கு இன்னும் கல்யாணமே ஆகல்லேன்னு சொல்லுவேன்."

அருணா அலுப்புடன் சிரித்தாள். "உங்களைப் போல் எத்தனை பேர் நினைப்பாங்க பாட்டி?"

கிளம்புவதற்கு முன் நளினியுடன் ஏதோ வாக்குவாதம் ஏற்பட்டிருக்க வேண்டும் என்று சரோஜினி நினைத்துக் கொண்டாள்.

அவள் மென்மையாக அருணாவின் தோளைத் தட்டினாள்.

"உலகம் மாறிக்கிட்டு வருது அருணா. உன்னுடைய வாழ்க்கை உன்னுடையது. அதை முழுமையா வாழறதுக்கு உனக்கு அதிகாரம் இருக்கு."

"தாங்க் யூ பாட்டி" என்று அருணா சிரித்தாள். "ஆனா அந்த அதிகாரத்தை நா துஷ்பிரயோகம் பண்ணமாட்டேன்."

"ஆ, அதுதான் நல்லது."

அருணா வண்டியை லாவகமாக ஓட்டினாள். 'ஒத்துப்போக முடியாத புருஷனிடமிருந்து இவள் சட்டப்படி பிரிந்தது எத்தனை கௌரவமானது' என்று சரோஜினி நினைத்துக் கொண்டாள். அந்தக் காரியத்தைச் செய்யாமலிருந்தால் அருணாவின் குணமே மாறியிருக்கும்.

லால்பாக் வந்துவிட்டது. ஏகக் கார்கள் வெளி கேட்டருகில் அணிவகுத்து நின்றிருந்தன. உயர் மட்டத்தைச் சேர்ந்த பிரமுகர் கும்பல் உள்ளே ஜேஜே என்றிருந்தது.

அருணா யாரையும் கவனிக்காமல் சரோஜினியின் கையைப் பற்றியபடி நடந்தாள். அநேகம் பேருடைய பார்வை அருணாவின்மேல் பதிவதையும் ரகசியப் பேச்சுப் பரிமாறலையும் கண் சமிக்ஞைகளையும் கவனிக்கையில் இந்தக் காரணத்தால்தான் நளினி வர மறுத்துவிட்டாள் என்று சரோஜினிக்குப் புரிந்தது. வேதனையேற்பட்டது. மகா நாகரீகக் கும்பல் இது. இவர்களுக்கு இத்தனைக் குறுகிய கண்ணோட்டம் இருப்பது நம்ப முடியாததாக இருந்தது.

ரோஜாக்களின்மேல் கவனத்தைப் பதித்தபடி அவள் நடந்தாள்.

"ஹாய் அருணா!" என்ற குரல் கேட்டு இருவரும் திரும்பினார்கள்.

சங்கர் நின்றிருந்தான். அவனுடன் அவன் மனைவியும், யாரோ ஒரு வெள்ளைக்காரனும் இருந்தார்கள்.

"இவர்தான் ஆண்டர்ஸன். பிரிட்டிஷ் ஹைகமிஷன்ல டில்லியில் இருக்கிறார்" என்று அறிமுகப்படுத்தினான் சங்கர்.

ஆண்டர்ஸன் அருணாவின் கையைக் குலுக்கி அவளை ரசனையுடன் பார்த்து என்னவோ நீளச் சொன்னான்.

"அவங்க சொல்றது உண்மைதான். இன்னிக்கு நீ ரொம்ப அழகா இருக்கே" என்றாள் சங்கரின் மனைவி.

அருணாவையே புன்னகையுடன் பார்த்தபடி நின்றிருந்த சங்கரின்மேல் சரோஜினியின் பார்வை நிலைத்தது. தினகரனின் ஞாபகம் சட்டென்று வந்தது.

———

21

சரோஜினி தன்னையறியாமல் சங்கரின் மனைவி மல்லிகாவைப் பார்த்தாள்.

மல்லிகா சங்கரையும் அருணாவையும் பார்த்துவிட்டு அவளைப் பார்த்து லேசாகப் புன்னகைத்தாள். மிக மெலிதான ஒரு சங்கடம் அந்தப் புன்னகைக்குப் பின்னால் நிழலாடியதாக சரோஜினிக்குத் தோன்றிற்று.

அவள் மல்லிகாவின் அருகில் நகர்ந்து அவள் தோளை அணைத்து, "மல்லிகாதானே?" என்று சிரித்தாள். "அருணா உன்னைப்பத்தி எப்பவும் உசத்தியா பேசுவா" என்றாள்.

மல்லிகாவின் முகத்தில் சட்டென்று ஒரு பிரகாசம் ஏற்பட்டது.

"என்னைப் பார்த்தா அதை நம்பும்படியா இருக்குதா பெரியம்மா?" என்றாள் சிரித்தபடி.

"வெறும் பார்வையைவிடப் பழகினாத்தான் அதை நம்பலாமா கூடாதான்னு தெரியும்!" என்று சரோஜினி புன்சிரிப்பு சிரித்தாள். "வீட்டுக்கு உன்னையும் சங்கரையும் ஒரு நாளைக்கு சாப்பிடக் கூப்பிடுன்னு அருணாகிட்ட சொல்லிக்கிட்டே இருக்கேன்."

அருணாவும் சங்கரும் ஏதோ தங்களுக்குள் மெல்லிய குரலில் பேசிக் கொண்டிருந்தார்கள். மல்லிகா அவர்கள் பக்கம் பார்த்து மறு விநாடி சகஜமான முகபாவத்தோடு கேட்டாள்.

"பின்னே ஏன் இதுவரை கூப்பிடல்ல?"

அவளுடைய சிநேகிதம் சரோஜினிக்குப் பிடித்துப் போயிற்று.

"ஞாயிற்றுக்கிழமை ஒரு நாள்தான் உனக்கு வீட்டிலே சங்கரோடு இருக்க நேரம் கிடைக்குதாம். அன்னிக்குத் தொந்தரவு செய்யக்கூடாது உங்களை என்கிறா."

மல்லிகாவின் முகத்தில் இப்பொழுது முழு மலர்ச்சி தெரிந்தது.

"அதெல்லாம் சும்மா! அவ சுத்தக் கருமி" என்று சிரித்து, "ஏய் அருணா! எனக்கு ஒரு ஓசிச் சாப்பாடு கிடைக்கிறதை ஏன் தடுக்கறே?" என்றாள்.

"நா ஏன் தடுக்கறேன்?" என்று அருணா விழிகளை மலர்த்திச் சிரித்தாள்.

"சங்கர் திட்டுவாரேன்னுதான் நா கூப்பிடல்லே!"

"ஆமாம். ஞாயிற்றுக்கிழமைகூட மல்லிகா சமைக்கல்லேன்னா சமையலே அவளுக்கு மறந்து போகும்!" என்றான் சங்கர்.

அருணா 'பக்'கென்று சிரித்தபோது சரோஜினிக்கும் சிரிப்பு வந்தது.

இவர்கள் விகல்பமில்லாதவர்கள் என்று சமாதானமேற்பட்டது.

"சரி நீ என்னைக் கூப்பிட வேண்டாம். நீயும் பாட்டியும் நாளைக்கு எங்க வீட்டுக்கு வாங்க சாப்பிட" என்றாள் மல்லிகா.

"ஆமாம், அது நல்ல ஐடியா" என்றான் சங்கர்.

"எதுக்கும்மா உனக்குத் தொந்தரவு. நீயும் வேலைக்குப் போறவ! ஞாயிற்றுக்கிழமையிலே கவனிக்க வேண்டிய மத்த வேலை எவ்வளவோ இருக்கும்!" என்றாள் சரோஜினி.

"அதெல்லாம் பரவாயில்லே சமாளிச்சுக்குவா!" என்றான் சங்கர். "நா இருக்கேனே!"

மீண்டும் சிரிப்பு. மல்லிகா திருப்தியுடன் சங்கரைப் பார்த்துவிட்டு சரோஜினியிடம் புன்னகைத்தபடி சொன்னாள்.

"உண்மைதான் பெரியம்மா, சங்கர் எனக்கு ரொம்ப உதவியா இருப்பான்!"

"நா இவளுக்கு அத்தை மகன். அதனாலேதான் கொஞ்சம் அதிகமா மரியாதை கொடுத்துப் பேசுவாள்!"

மல்லிகா செல்லமாக அவன் முதுகைத் தட்டினாள்.

"இல்லேன்னா உனக்குக் கொம்பில்லே முளைச்சுப் போகும்!"

அவர்கள் நடையைத் தொடர்ந்து ரோஜாச் செடிகளைப் பார்வையிடும் போது அருணா மௌனமாகிப் போனதை சரோஜினி கவனித்தாள்.

பரிசு பெற்ற செடிகளையெல்லாம் பார்த்து முடித்துக் கிளம்பும் நேரத்தில் அருணாவின் முகத்தில் வரவழைத்துக்கொண்ட உற்சாகம் தெரிந்தது.

“அப்ப கண்டிப்பா நாளைக்கு உங்க வீட்டிலே சாப்பாடுதானே?” என்றாள் மல்லிகாவைப் பார்த்து.

“சாப்பாடு நா போடறேன். கூப்பாடு உன்னுடையது” என்று மல்லிகா சிரித்தாள்.

“காரம் கொஞ்சம் அதிகமாத்தான் போடுவா” என்றான் சங்கர்.

“வாங்க பாட்டி கிளம்பலாம்” என்றாள் அருணா பிறகு அவர்களைப் பார்த்து,

“நீங்க என்ன பயமுறுத்தினாலும் நாங்க சாப்பிட வரத்தான் போறோம்!” என்றாள்.

“தட் இஸ் தி ஸ்பிரிட்” என்று கூறிய சங்கர், சரோஜினி காருக்குள் உட்கார்ந்ததும் கதவை சாத்திப் புன்னகைத்தான்.

கார் கிளம்பிச் சற்றுதூரம் செல்லும்வரை சரோஜினி மௌனமாக இருந்தாள். அருணாவின் அதரங்களில் இருந்த இளநகை மெல்ல மெல்ல இறுகி மறைந்திருந்தது. தீவிர சிந்தனைக் கோடுகள் நிழலாடின.

“அந்தப் பொண்ணு மல்லிகா ரொம்ப நல்ல மாதிரியா தெரியுது” என்றாள் சரோஜினி. “ரொம்பத் தமாஷான பேர்வழி!”

“ஆமாம்!” என்றாள் அருணா புன்னகையுடன். “ரொம்ப நல்ல பொண்ணு. கெட்டிக்காரி. ஆ, சங்கரைப் போல ஒரு புருஷன் அமைஞ்சா, தமாஷா வாழ்க்கை பூராவையும் கழிச்சுட முடியும்தான். கல்யாணத்துக்கப்புறம் ஜனங்க மாறரதுக்கும் மாறாம இருக்கறதுக்கும் அவங்கவங்களுக்கு அமையற துணையைப் பொறுத்திருக்கு பாட்டி. இல்லே?”

"உண்மைதான்" என்றாள் சரோஜினி மெல்லிய குரலில்.

"எனக்குக் கல்யாணம் ஆன பிறகு ரொம்ப சீக்கிரம் எனக்குச் சிரிக்கவே மறந்து போயிடுத்து பாட்டி."

"இதப்பாரு, நீ அதையெல்லாம் மறந்துடணும்" என்றாள் சரோஜினி. சற்று கடுமையாக, "உனக்குக் கல்யாணம் ஆனதையே மறந்துடணும். அப்பத்தான் பழையபடி சிரிக்க வரும்."

"அப்படி இருக்கத்தான் நா முயற்சிக்கிறேன் பாட்டி. ஆனா, அது அவ்வளவு சுலபமாயில்ல. நா மறந்தாலும் மத்தவங்க மறக்கமாட்டாங்க போலிருக்கு."

"ஆ, அதைப்பத்தி நீ கவலைப்படக்கூடாது. எவ்வளவு நாள் உலகம் பேசும்? தவிர, உலகம் பேசினாத்தான் என்ன?"

சற்றுநேரம் மௌனமாக வண்டியை ஓட்டிக்கொண்டிருந்த அருணா அவள் பக்கம் திரும்பி,

"தாங்க்ஸ் பாட்டி" என்று புன்னகைத்தாள். "உங்க ஆதரவு இல்லேன்னா நா அந்த வீட்டிலே இப்ப இருக்கிற உற்சாகத்திலே இருக்க முடியாது."

சரோஜினி பதில் ஏதும் சொல்லாமல் வெளியில் பார்வையைப் பதித்தாள். பிறகு தயங்கிக்கொண்டு சொன்னாள்.

"கொஞ்சநாளைக்கு நீ சங்கரையும் மல்லிகாவையும் பார்க்காம இருக்கிறது நல்லதுன்னு எனக்குப் படுது!"

"ஏன்?" என்றாள் அருணா வியப்புடன். "நீங்களும் மத்தவங்க மாதிரி நினைக்க ஆரம்பிச்சுட்டீங்களா?"

"இல்லே, அவங்களைப் பார்க்கப் பார்க்க நமக்குக் கிடைக்காததைப் பத்தின ஏக்கம் அதிகமாத் தோணலாம்."

"நான்சென்ஸ் பாட்டி!" என்று அருணா சிரித்தாள். "எனக்கு அப்படிப்பட்ட எந்த பாதிப்பும் கிடையாது."

"இல்லேன்னா சரிதான்" என்றாள் சரோஜினி பட்டுக்கொள்ளாமல்.

"நாளைக்கு சாப்பாட்டுக்குக்கூட அவங்க தொந்தரவு செய்யறதாலே போகணும். எனக்கு ஒண்ணும் போகணும்னு இல்லே."

இதற்குமேல் இந்த விஷயத்தைப் பற்றிப் பேசக்கூடாது என்று சரோஜினி மௌனமானாள்.

"உங்களை ஒரு விஷயம் கேட்கலாமா?" என்றாள் அருணா மெலிதாகச் சிரித்தபடி.

"என்ன கேக்கப்போறே புதுசா?"

"ஆ, நீங்க கெட்டிக்காரங்க... புரிஞ்சுக்கிட்டீங்க."

"என் கேள்வியே அந்த தினகரன் உங்ககிட்ட அனுதாபமா இருந்தாங்களா இல்லையா?"

ஒருவாறு ஊகித்திருந்தாலும் சரோஜினிக்கு திகைப்பேற்பட்டது.

"இதென்ன கேள்வி இப்ப?" என்று மழுப்பலாகச் சிரித்தாள்.

"சும்மா கேக்கறேன். அவங்க அனுதாபம் காட்டறாங்கன்னுதான் தாத்தாவுக்கு உங்கமேல கோபம் பொங்கிச்சோன்னு எனக்கு சந்தேகம்."

"அதெல்லாம் இல்லே கண்ணு" என்றாள் சரோஜினி ஆயாசத்துடன்.

"உங்க தாத்தாவுக்கு என்னவோ என்னைக் கண்டா பிடிக்காமப் போயிட்டது."

"என்ன காரணம்னு எனக்கு ஆச்சரியமாயிருக்கு பாட்டி. நீங்க சின்ன வயசிலே ரொம்ப அழகா இருந்திருப்பீங்க. பணிஞ்சு போற சுபாவம் வேற, என்னை மாதிரி வாய் துடுக்கா நிச்சயம் இருந்திருக்க மாட்டீங்க!"

சரோஜினி சற்று யோசித்து நிதானமாகச் சொன்னாள்.

"ஒரு புருஷனைத் திருப்திப்படுத்தணும்னா பல விஷயங்கள் அவனுடைய ருசிக்குத் தகுந்த மாதிரி அமைஞ்சு இருக்கணும்னு எனக்குத் தோணுது. அந்தக் காலத்திலே முக்கியமா ஆணுக்குத்தான்

சகல உரிமையும்னு இருந்தப்ப பெண்ஜாதியை ஒதுக்கி வெச்சு வேற கல்யாணம் செய்துகிடலாம். இஷ்டத்துக்கு என்கிற சுதந்திரம் இருந்தப்ப கண்ணை மூடிக்கிட்டு என்னவேணாலும் செய்யலாம். அவங்க ருசிக்குத் தகுந்த மாதிரி எனக்கு நடக்கத் தெரியல்லே. பிறகென்ன? என் அழகும் பணிவுமே அவங்களுக்கு வெறுப்பாய் போயிருக்கும்?"

"அப்பல்லாம் மத்த ஆண்கள்கூட எல்லாம் பேச சந்தர்ப்பம் கிடைக்குமா? இல்லே கோஷா மாதிரி இருப்பீங்களா?"

இவள் ரொம்பவும் சாமர்த்தியமாகத் துருவுகிறாள் என்று சரோஜினி எச்சரிக்கையானாள். கூடவே சிரிப்பும் வந்தது.

"ஊஹூம், கோஷா மாதிரிதான் இருப்போம். பண்டிகை நாள்ளே கும்பல்லே பார்ப்போம். அதுவும் அநேகமா உறவுக்காரங்கதான். வீட்டுக்குச் சாப்பிட வந்தாங்கன்னா பரிமாறும் போதும் தலை நிமிராமதான் பரிமாறணும்."

"அந்த தினகரன் தாத்தாகிட்டப் பேசினதேயில்லையா அப்பா?"

"அந்த ஐயாவை நீ விடமாட்டே போலிருக்கு!" என்று சரோஜினி சிரித்தாள்.

"தப்புன்னா கேட்கல்லே!"

"நீ கேக்கறதிலே ஒண்ணும் தப்பில்லே. ஆனா எனக்குச் சொல்லத்தான் விஷயமில்லே. ஒரு ரெண்டு தடவை பேசியிருப்பேன். ரெண்டு வார்த்தை உங்க தாத்தா வீட்டிலேயில்லாத சமயத்திலே அவங்க வந்திருந்தபோது."

அருணா அவளைத் திரும்பிப் பார்த்துப் புன்னகைத்தாள்.

"இனிமே உங்களைத் துருவிக் கேட்க மாட்டேன் பாட்டி!"

சரோஜினிக்குத் துணுக்கென்றது. 'என் பேச்சிலிருந்து என்ன கிரகித்துக் கொண்டிருப்பாள் இவள்? தினகரனைப் பார்க்க இவளையும் அழைத்துக்கொண்டு போனது மகா தவறு' என்று முதல்முறையாகத் தோன்றிற்று.

‘என் மனச்சாளரங்களை யாருக்கும் திறந்து காண்பிக்கவே கூடாது என்று விரதம் பூண்டிருப்பவள், சபதம் செய்திருப்பவள் நான். எக்காரணம் கொண்டும் அதை மறக்கக் கூடாது. தளர்ந்துபோன நிலையில் ஒரு ஒளிக்கீற்றைக்கூட வெளியில் விடக்கூடாது. ஒற்றைக் கீற்றை வைத்துத் தோரணம் கட்டிவிடக்கூடிய சூட்சுமம் இந்தப் பெண்ணிற்கு...’

வீட்டை அடைவதற்குள் சபதம் செய்த சரோசி மனத்தில் விசுவரூபமாய் நின்றாள்.

——

22

காலையில் கண்விழித்தபோது உடம்பில் புதிய ரத்தம் ஊறினாற்போல் மேனியெங்கும் கிளுகிளுப்பாக இருந்தது சரோசிக்கு. மனத்தில் பொங்கிய விளங்காத மலர்ச்சி முகத்திலும் அதரங்களிலும் பளபளத்தன.

அவள் கைகள் இரண்டையும் தலைக்குமேல் உயரத்தூக்கி நெடிய சோம்பல் முறித்தாள். கண்கள் இன்னும் ஏதோ ஒரு லாகிரியின் கிறக்கத்தில் இருந்தன.

"என்ன ஆயிட்டது உனக்கு?" என்று தன்னையே கொஞ்சலாகக் கேட்டுக் கொண்டாள்.

"ரொம்பப் பெரிய விஷயம் நடந்திருக்கு" என்று பதில் சொல்லிக் கொண்டாள். முந்தைய இரவின் ஞாபகமெல்லாம் பன்னீர் மழையாய் நினைவில் சொரிந்தது. மளமளவென்று லட்சோப லட்சம் மலர்கள் பூத்தன. அவற்றின் சுகந்தம் நெஞ்சை அள்ளிக்கொண்டு போயிற்று.

உணர்ந்தறியாத விஷயங்களை மறுக்கப்பட்டிருந்த ஞானத்தை, அனுபவித்த ஆனந்தத்தில் அதரங்கள் ஞானப்புன்னகை பூத்தன.

'வீணையை மீட்டினாத்தான் இசை வரும். உடைச்சா வருமா?'

அவள் புன்னகைத்துக் கொண்டாள். 'ஆ, இப்பப் புரியுது அந்த வார்த்தைக்கான அர்த்தம்' என்று தனக்குள் சொல்லிக் கொண்டாள்.

'சாதாரண இசை இல்லை அது. கந்தர்வ இசை. கேட்டறியாத பிரதேசங்களுக்கு இறைக்கை முளைத்து சஞ்சரித்த பாவங்களின் ஆனந்தம் அது. வானவில்லாக ஒருமித்து சங்கமித்த, சஞ்சாரங்கள் அது. அந்தப் பயணத்தில் சந்தேகங்கள் இல்லை, சலனங்கள் இல்லை, பயங்கள் இல்லை, ஒரு சத்தியத்தை நோக்கிச் செய்த பயணம் அது. ஒரு நிரூபணத்தைத் தேடிப் போன யாத்திரை அது...'

அவள் மெல்ல எழுந்து ஜன்னலருகே சென்று தோட்டத்தைப் பார்த்தாள். சாம்பல் நிறப் போர்வைக்குள் பொழுது இன்னும் கமுக்கமாகப் பதுங்கியிருந்தது. பட்சிகள் இன்னும் புலராத நாளை வரவேற்கும் அவசரத்தில் பெரிய ஆரவாரம் செய்து கொண்டிருந்தன. மல்லிகையும் பன்னீர் ரோஜாவும் கொடி சம்பங்கியும் அரளியும் காற்றில் தவழ்ந்து நாசியை நிரப்பின. இதுவரை இத்தனை ரம்யமான உதயத்தைக் கண்டிராதது போல அவளுள் ஒரு பரவசம் பொங்கியது.

அவள் சுபாவமான சுறுசுறுப்புடன் எழுந்து கிணற்றடிக்குச் சென்று பல்துலக்கிக் குளித்துவிட்டு வந்தாள். அடுப்பைப் பற்ற வைத்துக் காப்பிக்கு நீர் வைக்கும் போது சமையலறை வாயிலில் தினகரன் தலையைக் குனிந்தபடி நின்றான்.

"நா கிளம்பறேன்" என்றான் தரையில் பார்வையைப் பதித்து.

"என்னது காப்பி குடிக்காமயா?" என்றாள் அவள் புன்சிரிப்பும் சிநேகிதமுமாக.

"வேண்டாங்க" என்றான் அவன் இன்னமும் நிமிராமல். "பொழுது நல்லா விடியறதுக்குள்ளே கிளம்பறதுதான் நல்லது இல்லேன்னா ஆபத்து."

"யாருக்கு?"

அவன் அவளைச் சரேலென்று நிமிர்ந்து பார்த்தான். கண்களின் லேசான வியப்பு தெரிந்தது. பிறகு குழப்பத்துடன் தலையைக் குனிந்தபடி மெல்லிய குரலில் சொன்னான்.

"ரெண்டு பேருக்கும்தான். நேத்து நடந்த விஷயத்துக்காக உங்ககிட்ட மறுபடி மன்னிப்பு கேட்டுக்கறேன்."

அவள் நிதானமாக மிருதுவான குரலில் சொன்னாள்.

"நீங்க மன்னிப்பு கேட்க வேண்டிய அவசியமில்லே. தப்பு நடந்து போச்சுன்னு நீங்க நினைச்சீங்கன்னா அந்தத் தப்புக்கு நானும் உடந்தை."

அவன் குழப்பத்துடன் அவளைப் பார்த்தாள்.

“இப்பவும் தப்புன்னு உங்களுக்குத் தோணல்லியா?”

“இல்லே” என்றாள் அவள் தீர்மானமாக. இது விவாதிக்க வேண்டிய விஷயமில்லை என்பது போல அவள் மேடையிலிருந்த ஒரு அலுமினியச் செம்பை எடுத்து அவனிடம் கொடுத்தாள்.

“பால் கறக்கத் தெரியுமில்லே? கொட்டகையிலே வெள்ளை மாடிருக்கும் கறந்திட்டு வாங்க கொஞ்சம்போல. கோனார் வர நேரமாகும். சடுதியா காப்பி கலந்து தரேன், விடியறதுக்குள்ளே நீங்க கிளம்பிடலாம்.”

அவன் வேறு வழியில்லாமல் கிளம்புகையில் அவள் அவனைப் பார்த்துப் பரிகாசமாகச் சிரித்தாள். அதைக் கண்டு அவன் முகத்திலும், லேசாகப் புன்னகை படர்ந்தது.

புதுக்குடித்தனம் செய்ய ஆரம்பித்த மணப்பெண்ணைப் போல அவள் உற்சாகத்துடன் கொதிக்கும் நீரில் காப்பித் தூளைப் போட்டுக் கஷாயத்தை இறக்கினாள்.

அவன் ஐந்தே நிமிஷத்தில் பாலைக் கொண்டுவந்து கொடுத்தான்.

“ஆ நீங்க ரொம்ப சுறுசுறுப்பு” என்று அவள் புகழ்ந்தாள்.

சமையலறைக்கு வெளியே இருந்த ரேழியின் கைப்பிடிச் சுவரில் அவன் அமர்ந்து கொண்டான்.

“நீங்களும் அதே சுறுசுறுப்போடக் காப்பி கலந்து தருவீங்களா?” என்றான்.

“ஓ தருவேனே!” என்று அவள் சிரித்து, அடுத்த நிமிஷம் ஆவி பறக்கக் கொண்டுவந்து கொடுத்தாள்.

“பலே!” என்று அவன் அவளைப் பார்த்துப் புன்னகைத்தான்.

“அடுப்புகூட உங்க பேச்சைக் கேட்குது! காப்பி முதல் தரமா இருக்கு, நீங்க குடிக்கல்லியா?”

“நா நிதானமா குடிச்சிக்கறேன்” என்றாள் அவள்.

“ரொம்ப நன்றி” என்றான். “நான் வரேன். தாழ்ப்பாள் போட்டுக்குங்க.”

அவன் அவசரமாகச் செல்வதை அவள் பார்த்துவிட்டுக் கதவைச் சாத்திக் கொண்டாள்.

பதினைந்து நிமிஷங்கள் கழித்துதான் பால் கறக்க கோனார் வந்தான்.

“என்னம்மா தனியாவா இருக்கீங்க? மரகதத்தின் வீடும் பூட்டிக்கிடக்கு” என்று துக்கம் விசாரித்தான்.

“என்ன செய்யட்டும்?” என்று அவள் கரைந்தாள். “மரகதத்துத் தகப்பன் காலமாகிட்டாங்கன்னு ஒட்டுமொத்தமா எல்லாரும் கிளம்பிப் போனாங்க. தனியாத்தான் இருக்கேன்.”

“தப்பும்மா!” என்றான் அவன் அனுதாபத்துடன். “ஐயா எல்லாம் வருந்தனையும் என் பெண்ஜாதியை ராவேளையிலே படுக்கச் சொல்றேன்.”

“அப்படியே செய்” என்றாள் சரோசி. தோட்டக்காரன் வந்ததும் மரகதம் இல்லை என்பதைச் சொல்லி அவன் மனைவியைக் கூட்டிவரச் சொன்னாள்.

சடையப்பனின் மரணத்தைப் பற்றி வேலைக்காரர்கள் அவளிடம் அதிகமாகப் பிரஸ்தாபிக்காததில் இருந்து அல்லது பேசப் பயந்ததிலிருந்து தன்னுடைய அனுமானம் சரிதான் என்று அவள் புரிந்துகொண்டாள். நினைக்க நினைக்கச் சமாதானமாகாத ஒரு விசனமும் ஆங்காரமும் மனத்துள் பொங்கிப்பொங்கி ஆர்ப்பரித்தன. ‘எத்தனைத் திமிரிருந்தால் இப்படிப்பட்ட அக்கிரமத்தையும் செய்துவிட்டு மெதப்பாகச் சிரிக்கவும் தோன்றும் ஒருத்தனுக்கு’ என்று ஜம்புலிங்கத்தின்மீது வெறுப்பேற்பட்டது. ‘அந்தச் சிறுக்கி முன்னாலே என்னைக் கைநீட்டி அடிக்கணும்னா எத்தனைப் போக்கிரித்தனம் இருக்கணும்! என்னை அந்த மாதிரி அவங்க நடத்த நா என்ன செஞ்சேன்?’

அந்தக் காட்சி மனக்கண்ணில் விரிய விரிய ஆத்திரம் வெறியாகத் திமிறிற்று. ‘உனக்கு என்ன அதிகாரம் இருக்கு என்னை அப்படி அவமானப்படுத்த? நா உன் அடிமைன்னு நினைப்பா?

நா உன் அடிமை இல்லை! நிச்சயமா அந்தச் சிறுக்கிக்கு முன்னாலே என்னை அவமானப்படுத்தினதைப் பொறுத்துக்க முடியாது.'

நாட்கள் நகர நகர சடையப்பனின் மரணத்தைவிட ரத்தினத்தின் முன் அவமானப்பட்டதுதான் நினைவில் நின்றது.

இரவின் தனிமையில், கோனார் மனைவியின் குறட்டை ஒலி அம்போ என்ற அந்த மாளிகையில் எதிரொலிக்கையில், கரகரவென்று கண்களிலிருந்து நீர் வழியும். 'நீ என்னை மனுஷியா நடத்தியிருந்தா, உன் சிநேகிதனுக்கு இந்த உடம்பைக் கொடுக்க நெஞ்சும் உடலும் துணிஞ்சிருக்காது. தப்பு நடந்து போச்சுன்னு அந்த ஐயா பதறிப்போகிற மாதிரி எதுவும் நடந்திருக்காது. என்வரையிலே ஏதும் தப்பில்லே. உனக்காக நான் விரதமிருக்கவும் நோன்பிருக்கவும் உனக்கு எந்தத் தகுதியும் இல்லே...'

கல்யாணத்துக்குச் சென்றிருந்த கூட்டம் திரும்புவதற்குள் சரோசியின் மனத்தில் வீம்பும் நடையில் தைரியமும் புகுந்திருந்தன.

வீடு திரும்பியதிலிருந்து மாமியாரும் ரத்தினமும் அத்தனை சுரத்தாக இல்லை என்பதை சரோசி கவனித்தாள். நமக்கேன் பாடு என்று தன் வேலையுண்டு தான் உண்டு என்றிருந்தாள்.

அன்று வெள்ளிக்கிழமை, தோட்டக்காரன் மாலையில் பறித்துக்கொண்டு வந்திருந்த மல்லிகை அரும்புகளை சரோசி கொல்லைத் தாழ்வாரத்தில் அமர்ந்து மாலையாகத் தொடுத்து முடித்தாள். எதிர்த்தாற்போல் மாமியார் தலையை வாரிக்கொண்டு உட்கார்ந்திருந்தார்.

சுவாமி படங்களுக்கு மாலையைப் போட சரோசி எழுந்திருக்கையில் பளபளவென்ற புடவையில் ரத்தினம் கிடுகிடுவென்று வந்தாள்.

"கொண்டா இங்கே அதை" என்று பூக்குடலையைப் பிடுங்கினாள்.

"ஐயோ, சாமிக்குப் போடணும் முதல்லே!" என்று சரோசி பதைப்புடன் தடுத்தாள்.

"ஹூம்!" என்று ரத்தினம் ஏளனமாகச் சிரித்தாள்.

"சாமிதான் இத்தனைப் பூக்கேக்குதோ? இதுபோதும் சாமிக்கு" என்று ஒரு கிள்ளை நறுக்கி வைத்துவிட்டுப் பாக்கியைப் பந்தாக உருட்டித் தன் தலையில் வைத்துக் கொண்டாள். திகைப்பும் ஆத்திரமுமாக சரோசி,

"அத்தை இதைப் பாருங்க, இது அடுக்குமா?" என்றாள்.

"எதுடீ அடுக்காது? நீ யாரு என்னைத் தட்டிக் கேட்க?" என்று ரத்தினம் கண்களை உருட்டினாள்.

கீழே உட்கார்ந்திருந்த மாமியார் எழுந்திருந்தாள்.

"இந்தா ரத்தினம்! உன்னுடைய செயலெல்லாம் ரொம்ப அத்துமீறித்தான் போவுது. சாமிக்குப் போடாம தலையிலே பூவே வெக்கறதில்லே இந்த வீட்டிலே. அதைத் தவிர பூவுக்கு உனக்கு மட்டுந்தானா அதிகாரம்? மூத்தவளும் பூவைத் தொடுத்தவளும் குத்துக்கல்லா இங்கே இருக்கிறப்ப நீ மட்டும் என்ன உசத்தி அத்தனையும் தலையிலே சுமந்துக்க?"

ரத்தினம் சாகஸத்துடன் சிரித்தாள்.

"நா உசத்திதான். ஆண்பிள்ளைக்கு எந்தப் பெண்டாட்டிமேலப் பிரியம் அதிகமோ அவதான் உசத்தி. இவளுக்கும் தெரியும் அது. பூவை வெச்சுக்கிட்டு மினுக்க வேண்டிய அவசியமும் இவளுக்கு இல்லே."

மாமியார் முகத்தில் தெரிந்த கோபத்தைக் கண்டு சரோசிக்கு ஆச்சரியமாக இருந்தது.

"நீ மேனாமினுக்கியாயிருந்து என்ன பிரயோஜனம்? இவ சாதிக்காததை நீ என்ன சாதிச்சுக் கிழிச்சே? கல்யாண வீட்டிலே அத்தனை பேரும் கேட்கறாங்க மூத்தவளுக்குக் குழந்தையில்லேன்னு இவளைக் கட்டினீங்களே இவளுக்கு மட்டும் பிறந்ததான்னு. நாக்கைப் பிடுங்கிக்கலாம் போல இருந்தது எனக்கு."

"நாக்கை நல்லா புடுங்கிக்கிங்க!" என்றாள் ரத்தினம் வேங்கையின் சீற்றத்துடன். "வீரியமில்லாத பிள்ளையைப் பெத்துப்புட்டு மலட்டுப் பட்டம் எனக்கா? எங்க வீட்டிலே யாருக்கும் எட்டு குழந்தைக்குக் குறைவில்லே. வேற யாரையாவது கட்டியிருந்தேன்னா இந்நேரம் அஞ்சு பிறந்திருக்கும்! மலடு நா இல்லே, உங்க மகன்!"

மாமியாரின் முகம் ஜிவுஜிவு என்று சிவந்து போனதை சரோசி ஒரு சுவாரஸ்யத்துடன் பார்த்தாள்.

"எத்தனை திமிரு பாத்தியா இவளுக்கு?" என்றாள் சரோசியைப் பார்த்து.

"தலைக்குமேலத் தூக்கி வெச்சருக்கான் இல்லே, இதுவும் பேசுவா இன்னும் பேசுவா!"

"பேசுவேன்!" என்றாள் ரத்தினம் விடாமல். "ஏன் பிள்ளையை ஒரு டாக்டர்கிட்ட அழைச்சிட்டுப் போயிப் பாருங்க. அப்பக் குட்டு வெளிப்படும்!"

சரோசியின் கண்கள் அதிக சுவாரஸ்யத்துடன் விரிந்தன.

——

23

முற்றத்து இளம் வெய்யிலில் உட்கார்ந்து அரிசி புடைத்துக் கொண்டிருந்த சரோசியின் கைகள், இடையிடையில் தயக்கத்துடன் லேசாக ஸ்தம்பித்து நின்றன. காது கூர்மையாகி உள் அறையில் ஜம்புலிங்கமும் ரத்தினமும் மாமியாரும் தங்களுக்குள் பரிமாறிக் கொள்ளும் சூடான வாக்குவாதத்தில் லயித்தது.

அவள் எதிரில் சற்றுத் தள்ளி அமர்ந்திருந்த மரகதம் அவளை ஒருமுறை பார்த்து தனக்குள் முணுமுணுத்துக் கொள்பவள் போல் சொன்னாள்.

“சின்னம்மாவுக்கு ஆனாலும் ரொம்பத்தான் வாய்த்துடுக்கு.”

சரோசி பதில் சொல்லாமல் நெல் பொறுக்கும் பாவனையில் தலைகுனிந்திருந்தாள்.

“எங்க ஜனத்திலே இந்த மாதிரி பேசினா ஆம்பிளைங்க தலையை சீவிப்பிடுவாங்க!”

சரோசி வாயே திறக்காமல் புடைப்பதில் தீவிரமானாள். மேலும் கீழுமாகத் துள்ளிக் கொண்டிருந்த தானியத்தின் லயத்துடன் மனசில் எண்ணங்கள் அலைபாய்ந்தன. முதல்முறையாக ரத்தினத்திற்கு முதுகில் ஒரு ஷோட்டுக் கொடுக்க வேண்டும் போலிருந்தது. அதரங்களில் லேசான புன்னகைகூட மின்னல் கீற்றைப்போலத் தோன்றி மறைந்தது.

‘என்னைவிட ரத்தினம் கெட்டிக்காரிதான். சந்தேகமில்லை’ என்று தனக்குள் அவள் சொல்லிக் கொண்டாள்.

“ஏன் நா சொன்னதிலே என்ன தப்பு?” என்று உள்ளே ரத்தினம் சீறுவது தெளிவாகக் கேட்டது.

“நீ வாயை மூடமாட்டே?” என்ற ஜம்புலிங்கத்தின் குரலில் இதுவரை அவளிடம் காட்டியிராத கோபம் கொப்பளித்தது.

"மாட்டேன்!" என்று ரத்தினம் வெடித்தாள். "அபாண்டமா பழியைப் போட்டா ஏத்துக்கிடுவேனா? அந்த சரோசியைப் போல நா ஒண்ணும் வாயில்லாப் பூச்சி இல்லே. என்னை மலடுன்னு ஒதுக்கிடுங்க பார்க்கலாம். உங்க மகன் ரெண்டாங் கல்யாணம் எதுக்குக் கட்டிக்கிட்டாங்கன்னு கேளுங்க. அவளுக்கு குழந்தை பிறக்கல்லேன்ற காரணம் மட்டுந்தானா?"

"பின்னே என்னடி காரணத்தைக் கண்டுகிட்டே" என்று மாமியார் அதட்டினாள்.

"அதையெல்லாம் சொல்லிக்கிட்டிருந்தேன்னா உங்க மானம்தான் போகும். பகலில்லே ராவில்லேன்னு இவங்களுக்கு நாள் முழுக்க இணங்கியிருக்க ஒரு தேவடியாளுக்குக்கூட வலுவிருக்காது."

"அடி ஆத்தே! என்ன பேச்சு பேசறா ஜம்பு இவ!"

பளார் என்று அறை விழுந்த சத்தம் கேட்டது. ஆனால் ரத்தினம் ஓயவில்லை.

"இவங்களோடு அப்படிப் படுத்ததுக்கு எங்க பரம்பரைப்படி வருஷத்துக்கு ஒண்ணு பெத்திருக்கணும். பிறக்காததுக்கு என்ன காரணம்? எனக்கொண்ணும் கோளாறில்லே. இவங்களுக்குத்தான் கோளாறிருக்கணும். அத்தனை ரோசமிருந்தா எங்கண்ணன் டாக்டர்தானே, வந்து காண்பிச்சுக்கட்டுமே."

"ரத்தினம் நீ ரொம்ப அத்துமீறிப் பேசறே" என்றாள் மாமியார் சற்று உரத்த குரலில்.

"அம்மா நீங்க சும்மா இருங்க. நா இவளைக் கவனிச்சுக்கறேன்" என்றான் ஜம்புலிங்கம்.

"இதப்பார் உன் அண்ணன் பெருமையை நீ உன் பிறந்த வீட்டிலே கொண்டாடிக்க, இங்க வேண்டாம். எவனையும் பார்க்க நா வரப்போறதில்லை. இன்னம் ஒரு வார்த்தை அதிகமாப் பேசினே..."

ஜம்புலிங்கம் விறுவிறுவென்று வெளியேறும் சப்தம் கேட்டது.

அவன் செல்வதற்குமுன் என்ன சொன்னான் என்று தெரியவில்லை.

ஏதோ பெரிய குரலில் ஆங்காரத்துடன் இரைந்தபடி ரத்தினம் தன் அறையை நோக்கி விரைந்தாள்.

மாமியார் முற்றத்தைப் பார்த்தபடி இருந்த நடையின் ஊஞ்சலில் வந்து அமர்ந்தபோது ஏற்பட்ட சத்தத்திலிருந்து அவருடைய கோபத்தை சரோசியால் உணர முடிந்தது.

சரோசி தலைநிமிரவே இல்லை. ஒரு வார்த்தை பேசவும் இல்லை.

மரகதமும் அவளுமாக வேலையை முடித்தபோது,

"நா எல்லாத்தையும் எடுத்து வைக்கிறேன் நீங்க போங்க" என்று மரகதம் சொன்னதும் அவள் எழுந்து கொல்லைக் கிணற்றடியில் சென்று முகத்தைக் கழுவிக் கொண்டாள்.

சற்றுநேரத்தில் வாசலில் வண்டி வந்து நின்றது. ரத்தினத்தின் பெட்டியைத் தூக்கித் தோட்டக்காரன் வண்டியில் வைக்க, ரத்தினம் விறைப்புடன் நடந்து மாமியாரிடம்கூட எதுவும் சொல்லாமல் வண்டியில் ஏறிக்கொண்டாள். ஜம்புலிங்கத்தைக் காணவேயில்லை.

வண்டி கிளம்பிப் போவதை சரோசியும் மரகதமும் வியப்புடன் பார்க்கையில் "இதுதான் சரி" என்று மரகதம் முணுமுணுத்தாள்.

இவள் கிளம்பிப் போவதால் நமக்கு எந்த லாபமும் இல்லை என்கிற உணர்வோடு சரோசி மௌனமாகத் தன் வேலையைக் கவனித்தாள். மாமியார் வெகுநேரத்துக்குக் கோபமும் துக்கமுமாய் உட்காரந்த இடத்திலேயே அமர்ந்திருந்தது, ஒரு மெல்லிய சந்தோஷத்தை ஏற்படுத்திற்று. 'வேண்டும் இவர்களுக்கு இந்த அவமானம்' என்று மனசு எக்காளமிட்டது. 'அதுவும் ரத்தினம் வந்ததிலிருந்து நம்மை எத்தனை ஈவு இரக்கமில்லாமல் நடத்தியிருக்கிறார்கள்! வேலைக்காரியைவிடக் கேவலமாக நடத்தியிருக்கிறார்கள்! பிறந்த வீட்டுக்குத் திரும்பினாலும்

ரத்தினம் அங்கேயும் ராணி மாதிரி இருக்கக்கூடிய வசதியுள்ள வீடு அவளுடையது. தந்தை பெரிய ஜமீன்தார். அண்ணன்கள் படித்தவர்கள். அவள் போனால் நஷ்டம் இவர்களுக்குத்தான்' என்று தோன்றுகையில் அத்தனை சுலபத்தில் ரத்தினத்தை இழக்க ஜம்புலிங்கத்திற்கு மனசு வருமா என்று சந்தேகம் ஏற்பட்டது. 'அம்மாவை சமாதானப்படுத்தவே ஜம்புலிங்கம் அவளை அனுப்பியிருக்க வேண்டும். அல்லது அவளாகக் கோபித்துக்கொண்டு கிளம்பியிருக்கலாம்.

எது எப்படியிருந்தாலும் என்னுடைய வாழ்விலே எந்த மாறுதலும் இருக்கப் போறதில்லை' என்கிற உறுதியுடன் வழக்கம்போல் அன்றிரவு தனியாகப் படுத்தாள்.

ரத்தினத்தின் பேச்சு ஜம்புலிங்கத்தை ஒரு உலுக்கு உலுக்கி விட்டிருந்தாற்போல் அவளுக்குப்பட்டது. அவனுடைய இறுக்கமான மௌனத்தைப் பார்க்கும்போது ரத்தினம் சொல்வது உண்மையாக இருக்கலாம் என்கிற கலக்கம் ஏற்பட்டவன் போல் தோன்றினான்.

'இவங்க ஆடற ஆட்டத்துக்கு ரத்தினம் போட்ட சூடு நல்லா வேணும்' என்று அவள் தனக்குள் கருவிக் கொண்டாள்.

'வேற ஒரு ஆம்பளையைக் கட்டியிருந்தேன்னா இந்நேரம் ஆறு குழந்தைங்க பொறந்திருக்கும்?'

'நமக்கும் பொறந்திருக்குமோ?'

சரோசிக்கு மெல்லிய திகைப்பு ஏற்பட்டது. தினகரனுடன் அன்றைக்கு இணைந்த உறவின் நினைவு வந்தது.

அவளுக்குப் பயத்திற்குப் பதில் மேனியெல்லாம் சிலிர்த்துப் போயிற்று. 'எப்படிப்பட்ட சங்கமமாக இருந்தது அது! அதன் விளைவாய் ஒரு வித்து ஜனிக்குமானால் அந்த உறவுக்கு சாபல்யம் ஏற்பட்டாற் போல' என்று தோன்றிற்று. 'என்னை வீட்டைவிட்டு இவங்க துரத்தினாலும் நான் குறைஞ்சு போயிடமாட்டேன்.'

'ரத்தினம் வார்த்தையாவே இவங்களை அவமானப்படுத்தினதை நான் செய்கையாலே காண்பிப்பேன்.'

தினகரன் பிறகு வரவேயில்லை. எத்தனை நாட்களாகிவிட்டன என்கிற நினைப்புகூட அவளுக்குத் தெளிவில்லாமல் போயிற்று. இன்னும் அந்த அனுபவம் மனத்தில் பசுமையாக இருந்ததால்.

ரத்தினம் கிளம்பிப் போய் பத்து நாட்கள் ஆகிவிட்டன. அவள் இல்லாததால் ஜம்புலிங்கம்தான் அதிகமாகத் தடுமாறிப் போனவனைப் போலக் காணப்பட்டான். மாமியார் எதுவுமே நடக்காதது போல நடந்து கொண்டார். சரோசியின் வேலை எந்த விதத்திலும் குறையவில்லை. வழக்கம் போல் வருவோரும் போவோருமாக வீடு ஜேஜேவென்று இருந்தது.

அன்றைக்கு அவளுக்கு ஒரு நிமிஷம் உட்கார மாட்டோமா என்றிருந்தது. காலையில் நாலரை மணிக்கு எழுந்திருந்தது. இன்னும் மாலை ஐந்துவரை ஒரு விநாடி ஓய்வு கிடைக்காமல் நா வறண்டு தலையைச் சுற்றிற்று. மத்தியானம் நேரம் கிடைக்காமல் தாமதமாக அள்ளிப் போட்டுக் கொண்டது செரிக்காமல் வயிற்றை சங்கடப்படுத்தியது. அவள் பானையிலிருந்து நீரை எடுத்துப் பருகி கொல்லைக் குறட்டில் வந்து உட்கார்ந்தாள்.

வாசலில் வண்டி ஒன்று நிற்பதையும் இரண்டாம் கட்டில் யாரோ ஒரு ஆண் பிள்ளையுடன் மாமியார் ஏதோ வாக்குவாதத்தில் ஆழ்ந்திருப்பதையும் அப்பொழுதுதான் கவனித்தாள். யார் வந்திருப்பது என்று தெரிந்து கொள்ளும் ஆர்வமில்லாமல் அவள் சோர்வுடன் உட்கார்ந்திருக்கையில் மரகதம் வந்து கிசுகிசுத்தாள்.

“சின்னம்மாவுடைய அண்ணன் வந்திருக்காங்க. அவங்க தங்கச்சி உடம்பிலே ஒண்ணும் கோளாறில்லையாம். எப்படி அவமேல அப்படிப் பழியைப் போட்டீங்கங்கறாங்க. ஐயாவை டாக்டர்கிட்ட அழச்சிட்டுப் போறேங்கராங்க, அதெல்லாம் இந்த வீட்டு வழக்கமில்லேங்கறாங்க அம்மா கோபத்தோட.”

“ஐயா இல்லையா வீட்டிலே?”

“இல்லே.”

திடீரென்று சரோசிக்கு வயிற்றைப் புரட்டிக்கொண்டு வந்தது. கிணற்றடிக்குச் சென்று காவாயில் கடகடவென்று வாந்தி எடுத்தாள்.

விரைந்து ஓடி வந்து அவள் வாயைக் கொப்புளிக்க நீரைக் கொடுத்த மரகதம் அவளைச் சந்தேகத்துடன் பார்த்தாள்.

"என்னம்மா, உடம்பு சரியில்லையா?" என்றாள்.

"அடியாத்தே. நீங்க முழுகி நாளாகுதில்லே?" என்றாள் சற்றுப் பொறுத்து.

மின்னலடித்தாற்போல் இருந்தது சரோசிக்கு. கண்களை இருட்டிக்கொண்டு வந்தது.

"ஆமாம்" என்று மரகதமே தொடர்ந்தாள். "எங்க அப்பாரு சாவறதுக்கு முந்தி நீங்க முழுகினதுதானே, பிறகு இல்லையே? ஒரு மாதத்துக்குமேல ஆவுதே!"

அரைகுறை மயக்க நிலையில் இருந்த சரோசிக்கு மரகதத்தின் முகம் பிரசன்னமாகிப் போனது தெரிந்தது.

"சின்னம்மாவுக்குச் சரியான மூக்குடைப்பு இது" என்றபடி அவள் சரோசியைக் கைத்தாங்கலாகப் பிடித்து வீட்டுக்குள் அழைத்து ஊஞ்சலில் படுக்க வைத்தாள்.

யோசிக்கும் திறனே போய்விட்டது போல இருந்தது சரோசிக்கு.

அடுத்த சில விநாடிகளில் மாமியார் உள்ளே வருவது தெரிந்தது. அவள் எழுந்திருக்கப் போகையில் மாமியார் கையமர்த்திப் படுக்கச் சொன்னாள். அவள் எதிர்பாராமல் கன்னத்தை வழித்து உச்சி மோந்தாள்.

"மவராசி என் பிள்ளையோட மானத்தைக் காப்பாத்தினே" என்று சொல்லிவிட்டு, "இப்ப நா தைரியமா ரத்தினத்து அண்ணனைப் பார்த்துப் பேச முடியும்" என்று புன்னகைத்தாள்.

மாமியார் அறையை விட்டு வெளியேறுவதை சரோசி திகைப்பும் அதிர்ச்சியுமாய் பார்த்தாள்.

வாசலில் ஜம்புலிங்கத்தின் வண்டி வந்து நிற்கும் ஓசை கேட்டது.

மரகதம் உற்ற தோழியைப்போல வெற்றிப் புன்னகையுடன் நின்றிருந்தாள்.

——

24

"இன்னிக்கு எனக்கும் பாட்டிக்கும் வெளியிலே சாப்பாடு" என்றாள் அருணா, காலை ஆகாரம் சாப்பிடும்போது.

"ஆ, நா மறந்தே போயிட்டேன்" என்று சரோஜினி புன்னகைத்தபோது நளினி கேள்விக்குறியுடன் அவர்களைப் பார்த்தாள்.

"எங்க சாப்பாடு? ஹோட்டலுக்கா அழைச்சிட்டுப் போறே?"

அருணா சிரித்தாள்.

"ஏம்மா? எங்களைச் சாப்பிடக் கூப்பிட ஆளில்லேன்னு நினைச்சியா? சங்கர், மல்லிகா வீட்டுலே இன்னிக்கு எங்களுக்குச் சாப்பாடு."

"ஓ" என்றாள் நளினி மெல்லிய வியப்புடன். "ஒரு நாளைக்கு அவங்களை இங்கே சாப்பிடக் கூப்பிடலாமே?"

"அதான் நானும் சொன்னேன்!" என்றாள் சரோஜினி.

"சங்கரைப் பார்த்தாலே உங்க முகம் மாறிப் போகுது. சாப்பிட வேறக் கூப்பிட்டுட முடியுமா?" என்றாள் அருணா வெடுக்கென்று.

நளினி அடி உதட்டைக் கடித்துக் கொண்டாள். தன்னைக் கட்டுப்படுத்திக் கொள்பவளைப் போல.

"நா என்ன பேசினாலும் தப்பாத்தான் நீ எடுத்துக்குக்குவே!" என்றாள் மனத்தாங்கலுடன்.

"இல்லே! உங்க எண்ண ஓட்டத்தை நா சரியா புரிஞ்சுக்கிட்டிருக்கேன். நீங்கதான் என்னை எப்பவும் தப்பா எடுத்துக்கிறீங்க" என்று அருணா படபடத்தாள். "சங்கர் தனியா வந்தா நிச்சயம் அவரைச் சாப்பிடச் சொல்லமாட்டீங்க. மல்லிகா கூட இருந்தா அது கௌரவமா நினைப்பீங்க, ஏன்னா உங்க சிநேகிதிகளுடைய வாயை மூடவும் கண்ணைத் துடைக்கவும் அது சௌகரியமா இருக்கும்."

நளினியின் கண்களில் நீர் தோன்றிவிட்டதைப் பார்த்து கார்த்திகேயன் லேசான கண்டிக்கும் குரலில் சொன்னார்.

"அருணா, என்ன இது இப்படி பேச்சை அனாவசியமா நீட்டறே?"

அருணா தலையைக் குனிந்து கொண்டாள்.

"ஸாரி" என்று முணுமுணுத்தாள்.

"எனக்கு அம்மாவுடைய பயமும் சந்தேகங்களும் அலுப்பைத் தருது அப்பா. நிஜம்மாவே எவனையாவது இழுத்துக்கிட்டு ஓடியிருந்தா அம்மாவுக்கும் அவங்க சிநேகிதங்களுக்கும் திருப்தியா இருந்திருக்குமோன்னு தோணுது."

"அருணா நோ!" என்று கார்த்திகேயன் அதட்டினார்.

"நா இப்ப என்ன சொல்லிட்டேன்னு இப்படிப் படபடக்கறே?" என்றாள் நளினி ஆத்திரத்துடன். "அவங்களைச் சாப்பிடக் கூப்பிடுன்னு நான் சொன்னது தப்பா?"

"இத்தனை நாள் கூப்பிட்டீங்களா? கூப்பிடத் தோணிச்சா? எத்தனைமுறை சங்கர் நம்ம வீட்டுக்கு வந்திருப்பார்? ஒரு தடவையானும் காப்பி சாப்பிடறியான்னு கேட்டிருக்கீங்களா நின்னு ஒரு வார்த்தை பேசியிருப்பீங்களா? சங்கருடைய சிநேகிதத்தாலேதான் பிரபாகரை விட்டு விலகி வந்தேன்னு நீங்க இப்பவும் நினைக்கிறீங்களா இல்லையா?"

திடீரென்று அருணாவின் ஆவேசம் அடக்க முடியாததாகத் தோன்றிற்று.

"பிரபாகரை கல்யாணம் கட்டிக்கிட்ட மூணாம் நாளே அந்தக் கல்யாணம் ஒரு மிஸ்டேக்குன்னு எனக்குத் தெரிஞ்சு போச்சுன்னு உங்களுக்குத் தெரியுமா? அட்ஜஸ்ட் பண்ணிக்கிட்டு இருக்கணும்னுதான் நானும் ரொம்ப முயற்சி பண்ணினேன்னு நீங்க என்னிக்காவது புரிஞ்சுப்பீங்களா? நா பிரியணும்னு முடிவு எடுத்ததுக்கும் சங்கருக்கும் ஒரு சம்பந்தமும் இல்லேன்னு நீங்க நம்பமாட்டீங்க, ஏன்னா உங்க சிநேகிதிங்க நம்பறதில்லே.

மல்லிகாவுடைய மனசை நீங்களே போய் கலைச்சாலும் கலைப்பீங்க! ஆனா நல்லவேளை அவ கெட்டிக்காரி, என்னைப் புரிஞ்சுகிட்டவ."

அவள் மேற்கொண்டு அங்கே உட்காராமல் எழுந்து விறுவிறுவென்று மாடிப்படியில் ஏறிச்சென்றாள்.

சற்றுநேரம் எல்லோரும் ஒன்றும் பேசத் தோன்றாமல் விக்கித்துப் போனவர்களைப் போல உட்கார்ந்திருந்தார்கள்.

"நா இப்ப என்ன சொல்லிட்டேன்னு இவ இப்படி என்மேலப் பாயறா?" என்றாள் நளினி சுயபச்சாதாபம் வெடிக்கும் குரலில்.

"நீ இப்ப எதுவும் பேசினதுக்காக அவ பதில் சொன்னதா அர்த்தமில்லே!" என்றார், கார்த்திகேயன் சாந்தமாக.

"ரொம்ப நாளா சொல்ல நினைச்சதை இன்னிக்குச் சொல்லியிருக்கா அவ்வளவுதான்."

"தன்னைப் புரிஞ்சுக்கல்லேன்னு சும்மா சொல்றாளே அவ, என்னைப் புரிஞ்சுக்கிட்டிருக்காளோ?"

நளினியின் கண்களில் நீர் நிரம்பியிருந்தது. சரோஜினிக்குப் பாவமாக இருந்தது.

"நளினி" என்றாள் மென்மையாக. "அவளைவிட நீ மூத்தவ. உன்னை அவ புரிஞ்சுக்கறதைவிட நீ அவளைப் புரிஞ்சுக்க வேண்டியது ரொம்ப முக்கியம். அவமேல நீ பூரண நம்பிக்கை வைக்கணும். என் பெண் தப்பு செய்ய மாட்டா என்கிற நம்பிக்கை இருந்ததுன்னா மத்தவங்க என்ன பேசினாலும் கவலைப்படமாட்டே. நா உன்னைத் தப்பா சொல்றேன்னு நினைக்காதே. உன் நிலையிலே யாருக்கும் இப்படிப்பட்ட பயங்கள் வரும்தான். எனக்கும் வந்தது. நேத்து அவங்க ரெண்டு பேரையும் சேர்த்து பார்த்தப்புறம்தான் மனசு தெளிஞ்சது. மல்லிகாவும் சங்கரும் ரொம்ப அன்னியோன்னியமாத் தெரியறாங்க."

"என்னவோ எனக்கொண்ணும் புரியல்லே!" என்றாள் நளினி நிஷ்டூரமாக.

"புதுசா ஏதும் குழப்பம் வராம இருந்தா சரி."

"இதுதானே வேண்டாம் என்கிறது!" என்று கார்த்திகேயன் சூள்கொட்டினார்.

"குழப்பம் வரும்னு ஏன் எதிர்பார்க்கணும்? அவளுக்குப் படிப்பிலேயும் வேலைக்குப் போறதிலேயும் நாட்டம் இருக்கையிலே நீ ஏன் குழம்பணும்?"

'தோட்டத்திலே உட்கார்ந்துக்கறேன்' என்று தனக்குள் சொல்வதைப் போலப் பொதுவாக முணுமுணுத்துவிட்டு சரோஜினி எழுந்திருந்து வெளிவாசலுக்கு வந்து தோட்டத்திற்குள் இறங்கினாள்.

மாமரத்துக்கடியில் இருந்த பிரம்பு நாற்காலியில் உட்கார்ந்து அண்ணாந்து பார்க்கையில் இன்று மனத்தை ஒரு இனம்புரியாத சஞ்சலம் ஆட்கொண்டது. 'கள்ளமில்லாத ஒரு பகிரங்க சிநேகிதத்தில் களங்கமிருப்பதாகச் சந்தேகித்தால் அந்தப் பெண்ணிற்கு எப்படியிருக்கும்! பிரபாகரிடமிருந்து அவள் பிரிந்து வந்தது எத்தனை நேர்மையான செயல் என்று நளினிக்குப் புரியாது. பிரியாமல் அங்கேயே சுயபச்சாதாபத்தில் கரைந்திருந்தாளானால் அவளுக்கும் சங்கருக்கும் இருக்கும் உறவு வேறு பரிமாணங்களைப் பெற்றிருக்கும். இப்பொழுது அப்படிப்பட்ட திருப்பம் ஏற்படக்கூடிய அவசியங்கள் இல்லை. அருணா சுயமாக சம்பாதிக்கிறாள். யாருடைய துணையும் இல்லாமல் நிற்கும் தைரியமுடையவள். ஒரு ஆணுடைய அனுதாபமும் கருணையும் அவளை நிலைகுலைய வைத்துவிடாது.

ஜம்புலிங்கம் மட்டும் ஒரு பிரியமான புருஷனாக இருந்திருந்தால் தினகரன் கைப்பட்ட மாத்திரத்தில் சரோசி உருகியிருப்பாளா? சரோசி படித்த பெண்ணாக சுயமாக சம்பாதிக்கும் திறமையுடையவளாக இருந்திருந்தால் கதையே வேறாகவல்லவா போயிருக்கும்!

எப்படி? அருணாவின் கதையைப் போல!'

அவளுக்குச் சிரிப்பு வந்தது. கூடவே சோர்வாக இருந்தது.

இன்றைக்கு நிச்சயமாக மனசில் சஞ்சலம் புகுந்திருந்தது. காரணம் புரியாமல் பழசை மீண்டும் புரட்டுகையில் எதையும் சாதித்துவிட்டதாகத் தோன்றவில்லை. தன்னை மனுஷி என்று நிரூபிக்க எத்தனை பாடுபட வேண்டியிருந்தது. எப்படிப்பட்ட குறுக்கு வழிகளைத் தேட வேண்டியிருந்தது என்று நினைக்க, நினைக்க இந்தப் பெண் ஜன்மத்தை எத்தனை கேடுகெட்ட ஜன்மமாக உலகம் பார்க்கிறது என்ற அவமானம் நெஞ்சை நிறைத்தது.

அன்றைக்கு மரகதம் கிளப்பிவிட்ட சந்தேகத்தில், நமக்குள் ஒரு உயிர் மலர்ந்திருக்கிறதா என்கிற ஆச்சரியக் கிறக்கத்திலும் மாமியாரிடம் சட்டென்று புலப்பட்ட மாறுதலையும் நிம்மதியையும் சந்தோஷத்தையும் கண்ட திகைப்பிலும் அவள் நிலைகுலைந்து அமர்ந்திருக்கையில் ஜம்புலிங்கத்தின் வண்டி வந்து நின்ற சப்தம் புதிய அதிர்வலைகளைக் கிளப்பிற்று.

அவளைப் பார்த்து முதல்முறையாகப் பிரியமாகப் புன்னகைத்த மாமியார், விருக்கென்று மகனை வரவேற்கச் சென்றாள்.

உற்சாகக் குரலில், "வா ஜம்பு" என்று வரவேற்றது தெளிவாகக் கேட்டது. "யார் வந்திருக்கிறது பாரு, டாக்டரய்யா வந்திருக்காங்க, ரத்தினத்துடைய அண்ணன்! ரத்தினத்துப் பேரிலே அபாண்டமாப் பழியைப் போடறோமாம். உங்கிட்டதான் கோளாறாம்!"

மாமியாரின் பேச்சு, சற்று மூச்சு வாங்க நின்றது.

"இந்த மாதிரி நீங்க எங்களை அவமானப்படுத்தினது அந்த தெய்வத்துக்குக்கூட அடுக்கலை ஐயா! வாங்க நீங்க டாக்டர்தானே, உள்ளார வந்து பாருங்க. மூத்தவ சரோசி முழுவாம இருக்கா. இன்னியோட நாற்பது நாள் ஆவுது, வாந்தியெடுத்துக்கிட்டுக் கிடக்கா, தெய்வமே வந்து உங்க சந்தேகத்துக்குப் பதில் சொன்ன மாதிரி இப்பத்தான் என் அறிவுக்கே அந்த விஷயம் புலப்படுது. இப்பச் சொல்லுங்க, என் மகனுக்குக் கோளாறா, உங்க தங்கச்சிக்கா!"

சற்றுநேரம் மற்ற இருவரிடமிருந்தும் எந்த பதிலும் வரவில்லை. ஜம்புலிங்கத்தின் முகம் செய்தி கேட்டு எப்படி மாறியிருக்கும் என்று கற்பனை செய்யக்கூட சரோசிக்குப் பயமாக இருந்தது.

சில நிமிஷ மௌனத்திற்குப் பிறகு ரத்தினத்தின் அண்ணனின் குரல் கேட்டது.

"மன்னிச்சுக்குங்க, ரத்தினத்தை ஒரு பெரிய லேடி டாக்டர்கிட்டேதான் காண்பிச்சேன். ஒரு கோளாறும் இல்லேன்னாங்க."

"அது என்னமோ எனக்குத் தெரியாது. மூத்தவ முழுகாம இருக்காளே, என் பிள்ளையைப்பத்தி நீங்க சொன்னது தப்புன்னு தெரியலையா? நீங்க கிளம்பிப் போய் அந்தத் திமிர் பிடிச்சவகிட்ட சமாசாரத்தைச் சொல்லுங்க. வேற சமயமா இருந்தா நா என்ன செஞ்சிருப்பேன்னு தெரியாது. இன்னிக்குக் கோபம்கூட வரல்லே. மனசு நிறைஞ்சிருக்கு. ஜம்பு அவங்களைக் கிளம்பச் சொல்லு!" எத்தனை செருக்கும் பெருமையும் அந்தக் குரலில்! சரோசிக்கு ஒரு விநாடி வெலவெலத்துப் போயிற்று.

"மன்னிச்சுக்குங்க!"

"சரிதான் கிளம்புங்க!"

சில விநாடிகளில் வண்டி கிளம்பும் சப்தம் கேட்டது.

மறுபடி மாமியாரின் உற்சாகம் கொப்பளிக்கும் குரல் கேட்டது.

"நம்ம குலதெய்வம்தான் இன்னிக்கு சரோசிக்குள்ளே பூந்துக்கிட்டது ஜம்பு! அந்த மனுஷன் அதுவரை என்னை இடுக்கியிலே புகுத்தி இறுக்கறான். அந்தச் சமயத்திலே மரகதம் வந்து சொல்றா, 'சரோசி அம்மா வாந்தியெடுக்கறாங்க, மயக்கமா தெரியறாங்க. முழுகி நாளாவல்லே?'ங்கறா. தெய்வமே வந்து சொன்ன மாதிரி. நீ நம்பமாட்டே. என் கண்ணிலே தண்ணி வந்திடிச்சு! மானம் போற மாதிரியில்லே அந்த மனுஷன், டாக்டர் என்கிற திமிறிலே பேசறான்?"

"எங்கே அவ?" என்றான் கரகரத்த குரலில்.

"ஊஞ்சல்லே படுத்துக்கிட்டு இருக்கா. நீ ஒண்ணும் இப்பத் தொந்தரவு செய்யவேணாம். ராத்திரி பேசிக்குவியாம்!"

'இப்போதைக்குப் பிழைத்தோம்' என்று சரோசி கண்ணை மூடிக்கொண்டாள்.

"நீராகாரம் ஏதேனும் வேணுமா கண்ணு?" என்ற மாமியாருக்குக் கண்ணை மூடியபடியே, "வேண்டாம்" என்றாள். சாதாரணமாக சீக்கிரமே படுக்கச் சென்றுவிடும் மாமியார் அன்று கூடமாட ஒத்தாசை செய்து கட்டாயப்படுத்தி அவளை நல்ல புடவை அணியச் செய்து தலை நிறைய மல்லிகையைச் சூட்டி ஜம்புலிங்கத்தின் அறைக்கு அனுப்பினாள்.

அந்த பிரும்மாண்டமான அறைக்குள் காலை வைத்து அந்த நீல வெல்வெட் விரிப்பையும், விட்டத்தை நோக்கியபடி அதில் அகலமாய் படுத்திருந்த ஜம்புலிங்கத்தையும் பார்த்ததும் சட்டென்று பயம் விலகி அவளுள் ஒரு வீம்பும் தீர்மானமும் எழுந்தன.

——

25

சரோசி உள்ளே நுழைந்த அரவம் கேட்டு ஜம்புலிங்கம் திரும்பி நிதானமாக எழுந்தான். அவனுடைய கண்களில் தெரிந்த குரோதத்தையும் நடையில் தெறித்த கொலைவெறியையும் கண்டு மனசில் ஏதும் கலக்கம் ஏற்படாதது சரோசிக்கே வியப்பாக இருந்தது.

அவள் நிமிர்ந்தே அவனைப் பார்த்தாள். அவளுடைய தைரியத்தைக் கண்டு அதிர்ந்தவன் போல் அவனது நடையில் ஒரு தயக்கம் தென்பட்டது. பிறகு தன்னைச் சமாளித்துக்கொண்டு மூர்க்கத்துடன் அவளுடைய கன்னத்தில் அறைந்தான்.

அவள் நிலைகுலைந்து போனாலும், கலங்காமல் சுதாரித்துக் கொண்டு நின்றாள். திடீரென்று அவன் அற்பத்திலும் அற்பமாகத் தோன்றினான்.

"எத்தனை தைரியமிருந்தா என் எதிரிலே வந்து நிப்பே? யாருடைய குழந்தை அது? மரியாதையா சொல்லிடு, இல்லேன்னா கொன்னு குழி தோண்டிடுவேன். யாரு அதனுடைய அப்பன்?"

"நீங்கதான்!" என்றாள் அவள் தீர்க்கமாக.

"திமிராவா பேசறே?"

அவன் மறுபடியும் அறைந்தான். அவளுக்குத் தலையைச் சுற்றிற்று.

"திமிரில்லே. உண்மையைத்தான் சொல்றேன்!"

"எதுடீ உண்மை? ரத்தினம் வந்ததிலேர்ந்து நீ என்னோடு படுத்ததில்லே!"

"அப்படீன்னு நீங்க வெளியிலே சென்னீங்கன்னா என்ன ஆகும்?"

"உன் மானம் சந்தி சிரிக்கும்!"

"இல்லே உங்க மானம்தான் சந்தி சிரிக்கும். ரத்தினமும் அவ அண்ணனும் சொன்னது சரின்னு ஆகும்!"

அவன் ஒரு வினாடி ஸ்தம்பித்து நின்றான்.

"ஓஹோ, செய்றதையும் செய்துவிட்டு என்னை பயமுறுத்தறயா? உன் வயித்திலே இருக்கறதை வளர விடுவேன்னு நினைச்சியா?"

"வளர விடுவீங்க" என்றாள் அவள் தீர்மானமாக. "ரத்தினத்துக் குடும்பத்துக்கு முன்னாலே உங்க மானத்தைக் காப்பாத்தணும்னா அது வளரணும். உங்கமேல தப்பில்லேங்கறதுக்கு ருசுவா அது வளரணும்."

"எத்தனை தைரியம்டீ உனக்கு? எவன் கொடுத்தான் அதை?" என்று அவன் மீண்டும் அறைந்தான்.

"என் குழந்தை இல்லேன்னு தெரிஞ்சும் அதை என்னுடையதுன்னு சொல்வேன்னு எதிர்பாக்கறே!"

"ஆமாம். இல்லேன்னா உங்கம்மா இடிஞ்சு போவாங்க. உங்கமேல மதிப்பும் போகும். வெளிப்பேருக்கு இளப்பமாப் போகும். நீங்க வாயை மூடிக்கிட்டு இருந்தீங்கன்னா இந்த வீட்டு மானம் காப்பாத்தப்படும். சாகிறவரை நானும் இதைப்பற்றி வாயைத் திறக்க மாட்டேன். இது சத்தியம்."

அவளுடைய நிதானத்தையும் தைரியத்தையும் கண்டு திகைத்தவன் போல அவன் நின்றான். பிறகு,

"யார் அவன்?" என்று பல்லைக் கடித்தான்.

அவள் கதவருகில் நகர்ந்தபடி மென்மையாகப் புன்னகைத்தாள்.

"அது தெரிய வேண்டிய அவசியமில்லே. நானே மறந்து போயிட்டேன்."

அவள் மறுவிநாடி ஓசைப்படுத்தாமல் கதவைத் திறந்துகொண்டு வெளியேறினாள்.

சரோஜினி அண்ணாந்து பார்த்தாள். பட்சிகளின் ஆரவாரம் கூட இல்லாமல் சுற்றுப்புறம் கனமாக இருந்தது.

இப்பொழுது நினைத்தாலும் அன்றைக்கு சரோசிக்கு ஏற்பட்ட தைரியத்தை எண்ணி ஆச்சரியமேற்படுகிறது. 'எப்படி வந்தது அந்தத் துணிச்சல்?'

'துணிச்சல் இல்லை. அது முழுக இருப்பவனின் அசகாய சாமர்த்தியம். எதிரியின் பலவீனத்தை உபயோகித்து நிலைமையைச் சாதகமாக்கிக் கொள்ளும் சாமர்த்தியம். அந்த சாமர்த்தியத்தினால் வயிற்றில் சிசுவைக் காப்பாற்ற முடிந்தது. "ஜமீனுக்கு வாரிசு தந்த மகராசி" என்று மாமியாரும் ஊராரும் மதிக்கும்படியாக அந்த வீட்டில் தொடர்ந்து இருக்க முடிந்தது.'

ஜம்புலிங்கம் தன் வர்மத்தைத் தீர்த்துக்கொள்ளத் தயங்கவில்லை. அவளைத் தொடர்ந்து எல்லார் முன்னிலையிலும் அவமானப்படுத்தியிருக்கிறான். அடித்திருக்கிறான். ரத்தினத்தை விரைவில் மன்னித்து அழைத்து வந்துவிட்டான். எல்லா அவமானங்களையும் சரோசி வாயை மூடிக்கொண்டு தாங்கினாள். சிலுவையைத் தான் சுமக்கவே வேண்டும் என்கிற வைராக்கியத்துடன் அப்படிப்பட்ட ஒரு இக்கட்டான நேரத்தில் ஒருநாள் தினகரன் அங்கிருப்பதை அவள் கண்டாள். நிறை கர்ப்பிணியாக இருக்கும் அவளைக் கண்டு அவன் கண்களில் மின்னிய அனுதாபத்தையோ அக்கறையையோ அல்லது அவனைக் கண்டதும் அவள் முகத்தில் ஒளிர்ந்த மலர்ச்சியையோ ஜம்புலிங்கம் கண்டு கொண்டிருக்க வேண்டும்.

மெள்ள மெள்ள தினகரன் அங்கிருந்து மறைந்தே போனான். அடுத்த மாகாணத்துக்கு விரட்டப்படும் எல்லைக்கு... சொத்தும் குழந்தையும் பறிபோன அதிர்ச்சியில்... அந்த வீட்டில் குழந்தையைப் பெற்று ஆளாக்கிய தனது விசித்திர சாகஸத்தை நினைத்து, படும் கஷ்டங்களுக்கு நடுவிலும் முன்பு அவளுக்குப் பெருமையாக இருக்கும். இப்பொழுது நிதானமாக யோசிக்கும் போது அதில் தனக்கு ஏதும் தனிப்பட்ட பெருமையில்லை என்று தோன்றிற்று. ஒரு ஆணின் பௌருஷத்தைக் காக்கிற கருவியாகத் தான் மாறிய காரணம் ஒன்றுதான் அவளையும் அவள் குழந்தையையும் காப்பாற்றியது என்று இப்பொழுது புரிந்தது. இந்தத் தற்காப்புக்காகத் தனது இயல்புக்கு விரோதமான, மட்டமான சாகஸத்தையல்லவா அவள் கையாள வேண்டியிருந்தது! 'கிட்டத்தட்ட ஜம்புலிங்கத்தின் பாணியில் தெய்வப்பிறவி, என்கிற போலிப் போர்வையைப் போர்த்தி வளைய வந்திருக்கிறேன்!

மானக்கேடான வாழ்வல்லவா அது! நேர்மையற்ற வாழ்வல்லவா அது!

இன்றைய அருணாவுக்கு இப்படிப்பட்ட மானக்கேடுகள் ஏற்படாது. ஏற்பட வேண்டிய அவசியமுமில்லை.'

"பாட்டி! புடவை மாத்தல்லியா? பதினோரு மணி ஆகுது. கொஞ்சம் சீக்கிரம் போனா பேசிக்கிட்டிருக்கலாம்!"

அருணாவின் குரல் கேட்டு அவள் எழுந்திருந்தாள். திடீரென்று மனசும் உடலும் சோர்ந்து போயிற்று. வெளியில் போக வேண்டுமா என்ற அலுப்பேற்பட்டது. வரவில்லை என்று இப்பொழுது சொன்னால் அருணாவுக்கு ஏமாற்றமாக இருக்கும் என்று நினைத்தபடி அவள் தன்னறைக்குச் சென்று புடவையை மாற்றிக்கொண்டாள். கண்ணாடியில் தன் உருவத்தைப் பார்த்துக் கொள்ளும்போது மீண்டும் அந்தக் கேள்வி ஒலித்தது.

'உங்களுக்கு இப்பவும் ஏதும் வருத்தமில்லையா சரோஜினி அம்மா?'

'வருத்தமிருக்கு' என்று அவள் சோர்வுடன் சொல்லிக் கொண்டாள்.

'ஆனா நீங்க நினைக்கிற காரணத்துக்காக இல்லே. உங்களுக்கும் எனக்கும் ஏற்பட்ட அந்த ஒரு நாள் உறவுதான் சத்தியமானதுன்னு தோணுது. பாக்கியெல்லாம் நா போட்ட வேஷங்கள்... பெண்ணாப் பிறந்ததாலே, படிப்பும் இல்லாம போக்கிடமும் இல்லாததாலே கட்டாயமா போட நேர்ந்த வேஷங்கள், சமாளிச்ச அவமானங்கள், அந்த வேஷத்தையும் அவமானத்தையும் நினைச்சு வருத்தமாயிருக்கு. என்னாலே அப்பாவியான உங்களுக்கு நேர்ந்த கஷ்டத்தை நினைச்சு வருத்தமாயிருக்கு...'

'சே! என்ன கேவலமான வாழ்க்கை என்னுடையது?'

அவள் மனச்சாளரங்களைப் படீரென்று இழுத்து மூடினாள். 'கொடுத்த வாக்கைக் காப்பாத்திட்டேன். இந்த ரகசியம் என்னோடு போகும்...'

அவள் நாற்காலியில் அமர்ந்தபடி அருணாவுக்காகக் காத்திருந்தாள். அருணா வருவதற்குள் வெகுநேரமானாற் போல் இருந்தது. அவள் நாற்காலியில் அமர்ந்தபடியே லேசாக கண் அயர்ந்தாள்.

'அவன் ஒரு மடையன், தங்கிட்ட இருக்கிற பொக்கிஷத்தைப் பத்தி உணராதவன்...'

'அழாதீங்க! நீங்க அழுதா எனக்குத் தாங்காது!'

'நீங்க ஒரு அசாதாரணப் பெண்மணி சரோஜினி அம்மா.'

'சாதாரணப் பெண்தான் உங்க தொடர்பாலே அசாதாரணமாப் போனேன்.'

அவளுக்குச் சிரிக்க வேண்டும் போல் இருந்தது.

"பாட்டி! பாட்டி! தூங்கிட்டீங்களா?" அவள் திடுக்கிட்டுக் கண் விழித்தாள்.

எதிரில் பிரகாசமாய் அருணா நின்றிருந்தாள். முகத்தில் ஏக உற்சாகம் கொப்பளித்துக் கொண்டிருந்தது.

"ஆ, கொஞ்சம் கண்ணசந்துட்டேன் போலிருக்கு. கிளம்பலாமா?" என்றாள்.

"நீதான் நேரமாக்கியிருக்கே!"

"ஸாரி பாட்டி, நடுவிலே ஒரு போன் வந்தது. நல்ல சமாச்சாரம்தான். அமெரிக்காவிலே போய் நா படிக்கிறதுக்கான ஏற்பாடு எல்லாம் இப்ப தயாராயிட்டது. அங்கே எனக்குப் பண உதவி கிடைச்சுட்டதா அமெரிக்கன் கௌன்சிலுக்குத் தகவல் நேத்து வந்திருக்காம். ஆபீஸ்தானே என்னை அனுப்புது! அந்த ஆபீஸர் எனக்கு இப்ப போன் பண்ணிச் சொன்னாரு!"

அருணாவின் முகத்தில் பரம சந்தோஷம் பளிச்சிட்டது.

சரோஜினியின் முகத்தில் மகிழ்ச்சி பரவிற்று. அருணாவை அணைத்து உச்சி மோந்தாள்.

"ரொம்ப சந்தோஷம் கண்ணு. போயிட்டு வா. நிறையப் படி. சுயமா சம்பாதிச்சு உன் காலிலே நில்லு. உன் மனசுக்குப்

புடிச்சவனா சகல விதத்திலேயும் உனக்கு ஏத்தவனா இருக்கிறவனைப் பார்த்துக் கல்யாணம் செய்துக்க!"

அருணா சிரித்தாள்.

"இப்போதைக்கு எனக்குக் கல்யாணம் அவசியமில்லே பாட்டி."

"அவசியமில்லாதவரை அவசியமில்லதான். உனக்குப் பிடிச்சவனா வந்து சேர்றவரை கல்யாணத்தைப் பத்தி நீ நினைக்க வேண்டியதில்லே."

"கரெக்ட்!" என்று அருணா சிரித்து அவளை அணைத்தபடி வெளியே அழைத்து வந்தாள். கார்த்திகேயனிடமும் நளினியிடமும் சொல்லிக்கொண்டு காருக்குச் செல்வதற்காக வெளியே வரும்போது, கேட்டுக்கு வெளியே ஒரு ஆட்டோ ரிக்ஷா வந்து நின்றது.

"யார் வரது" என்ற சந்தேகத்துடன் சரோஜினி நின்றாள்.

ஆட்டோ ரிக்ஷாவிலிருந்து சியாமளா இறங்கினாள். சரோஜினிக்குக் காரணம் புரியாமல் 'திக்கென்றது.

"என்ன பாட்டி வண்டியிலே உட்காரல்லியா?" என்று அருணா கேட்டதற்கு,

"இரு அந்தப் பெண் வந்திருக்கு. என்ன சமாச்சாரம்னு சித்தக் கேட்டுட்டுப் போவோம், அரைமணி கழிச்சி" என்றாள்.

"ஓ, நா அவங்களை கவனிக்கல்லே" என்றபடி அருணா சியாமளாவைப் பார்த்து,

"வாங்க!" என்று புன்னகைத்தாள்.

சியாமளாவின் முகத்தில் மலர்ச்சி தெரியவில்லை. அருகில் வந்ததும் சரோஜினியைப் பார்த்து,

"தாத்தா காலமாயிட்டாராம் நேத்து ராத்திரி. காலையிலே தந்தி வந்தது" என்றாள்.

சரோஜினிக்குப் புலன்கள் சில விநாடிகள் ஸ்தம்பித்தன. பேச நா எழவில்லை.

“இங்கேந்து போகும்போது நல்லாத்தான் இருந்தாரு. சந்தோஷமாப் போனாரு. இவ்வளவு சீக்கிரம் போயிடுவாங்கன்னு நினைக்கல்லே.”

சரோஜினி லேசாகத் தடுமாறி “நானும் நினைக்கல்லே” என்றாள் மெல்லியக் குரலில்.

“இங்கேந்து கிளம்பும்போது சொன்னாங்க, அவங்க செத்துப் போயிட்டதா செய்தி வந்தா உடனே உங்களுக்கும் உங்க மகனுக்கும் தெரிவிக்கணும்னு. போன்லே சொல்றதை விட நேரிலே சொல்லலாம்னு வந்தேன்.”

சரோஜினியின் முகத்தில் ஒரு அசாதாரண மென்மை படர்ந்தது. சியாமளாவின் தோளை அணைத்து “நன்றி அம்மா!” என்றாள் மெள்ள.

வாசலில் ஆட்டோ ரிக்ஷா இன்னும் நின்றிருந்தது. “நா கிளம்பறேன், தாத்தாவுக்கு மகன் இல்லாததாலே என் மகன்தான் கொள்ளி போடணும்...”

விறுவிறுவென்று அவள் ஆட்டோ ரிக்ஷாவில் அமருவதை சரோஜினி வெறித்துப் பார்த்தாள்.

பிரமையில் ஆழ்ந்தவளைப் போல வராந்தாவில் இருந்த நாற்காலியில் அமர்ந்து கொண்டாள்.

அவளையே கூர்ந்து பார்த்துக் கொண்டிருந்த அருணாவைப் பற்றின பிரக்ஞை அப்பொழுதுதான் ஏற்பட்டவள் போல் நிமிர்ந்து பார்த்து,

“நா சாப்பாட்டுக்கு வரல்லே கண்ணு” என்றாள்.

“நானும் போகல்லே பாட்டி!” என்றாள் அருணா, மென்மையாக அவள் தோளை அழுத்தி.

——

26

“என் ரூமுக்குப் போறேன்” என்றபடி சரோஜினி எழுந்தாள். இறந்த காலத்துடன் இதுவரை இணைந்திருந்த இழை மிக லாவகமாக அறுந்துவிட்டதைப் போல் மனசில் ஒரு சூன்யம் படர்ந்தது.

“அவங்கவங்க கடமையெல்லாம் முடிஞ்ச பிறகு கிளம்ப வேண்டியதுதான். இதிலே வருத்தப்பட ஒண்ணுமில்லே” என்று தனக்குள் முணுமுணுத்தபடி அவள் அறையை நோக்கி நடந்தாள்.

அருணா கூடவே உற்ற தோழியைப் போல நடந்தது மனத்துக்கு இதமாக இருந்தது.

“இப்பத்தான் அவங்களைப் பார்த்தீங்க நீங்க. அதனாலே உங்களுக்கு அதிக அதிர்ச்சியாகவும் வருத்தமாகவும் இருக்கும்” என்றாள் அருணா மெள்ள.

சரோஜினி பதில் ஏதும் பேசவில்லை. இவள் நம்மை ஆழம் பார்க்கிறாளோ என்ற சந்தேகம் வந்தது. தன் அறைக்குச் சென்றதும் சாய்வு நாற்காலியில் அமர்ந்து கண்ணை மூடிக்கொண்டாள்.

“என்ன பாட்டி, உடம்பை என்ன பண்ணுது?” என்றாள் அருணா கவலையுடன்.

“ஒண்ணுமில்லே” என்று சரோஜினி கையால் செய்கை காண்பித்தாள்.

“இன்னிக்கு இந்தச் செய்தியை எதிர்பாக்காததாலே கொஞ்சம் தடுமாற்றமாகப் போச்சு” என்றாள் கண்களை மூடியபடி.

“குடிக்க ஏதாவது கொண்டு வரட்டுமா?”

“வேண்டாம், கொஞ்சநேரம் என்னைத் தனியா விடு. கார்த்திகேயன்கிட்டப் போய் தினகரன் ஐயா காலமாயிட்டாங்கன்னு சொல்லு.”

அவள் முகத்தில் தென்பட்ட சோர்வை யோசனையுடன் ஒரு விநாடி பார்த்துவிட்டு “சரி” என்ற அருணா வெளியே சென்றாள்.

சரோஜினியின் முகத்தில் சோர்வு மெள்ள மறைந்து, ஒரு அமைதியும் மென்மையும் வந்தமர்ந்தது.

அதரங்களில் புன்னகை தவழ்ந்தது. 'கார்த்திகேயனையும் என்னையும் ஒரு முறை பார்த்துடணும்னே இத்தனை நாள் உசிரைக் காப்பாத்திக்கிட்டிருந்தீங்களா' என்றாள் நெகிழ்ச்சியுடன். 'மனசு இப்ப நிறைஞ்சிருக்குன்னு அன்னிக்குச் சொன்னீங்களே, அதுக்கு வேற அர்த்தம் இருக்க முடியாது... ஒரே ஒரு நாளத்திய நினைப்பைத் தோணியா வெச்சிக்கிட்டு அம்பது வருஷத்தை நா கடந்திருக்கேன்னா நீங்க நம்புவீங்களா ஐயா? நானும் ஒரு மனுஷின்னு எனக்குப் புரியவெச்ச நினைப்பில்லே அது? இல்லே ஐயா எனக்கு அதைப்பத்தின வருத்தமில்லே. அவமானமில்லே...'

மனசு தளர்ந்து போனது போல லேசாக மிதந்த வண்ணம் இருந்தது. இறந்த காலமும் எதிர்காலமும் ஒருசேரத் தட்டாமாலையாய் சுழன்றன. சரோசியும் சரோஜினியுமாக மாறிமாறி ஏதோ ஒரு நியதிக்குள் சிக்கிக் கொண்டாற் போலக் கண்ணைக் கட்டிப்போட்ட அந்தகாரத்தில் சுழன்றார்கள்.

"அம்மா!"

சற்று நேரத்திற்கு அவளுக்குக் காதில் விழவில்லை.

யாரோ தோளை அழுத்திப் பிடித்து "அம்மா!" என்றார்கள்.

அவள் மெள்ள கண்ணைத் திறந்தாள்.

கார்த்திகேயனும் முருகையனும் அவர்களுக்குப் பின்னால் அருணாவும், நளினியும் நின்றிருந்தார்கள். எல்லார் முகத்திலேயும் யோசனையோ கவலையோ தெரிந்தது.

எதுவுமே நினைவுக்கு வராமல் அவள் குழப்பத்துடன் "என்ன?" என்றாள்.

"உடம்பு சரியில்லையா உங்களுக்கு?"

"உடம்புக்கு ஒண்ணுமில்லையே?" என்றாள் அவள் பலவீனமான குரலில்.

"கொஞ்சம் களைப்பா இருக்கு."

"படுக்கையிலே படுங்களேன்" என்றார் கார்த்திகேயன்.

"சரி" என்று எழுந்திருக்கையில் லேசாகத் தலையைச் சுற்றிற்று.

"வயசாச்சே எனக்கும்" என்று முணுமுணுத்தபடி நளினி, அருணாவின் உதவியுடன் படுக்கையில் படுத்தாள்.

திடீரென்று சியாமளா சொன்ன செய்தி நினைவுக்கு வந்தது. ஆனால் தினகரன் என்கிற பெயர் நினைவுக்கு வரவில்லை. 'என்ன ஆகிவிட்டது நமக்கு' என்று அவள் திகைத்தாள். 'கார்த்திகேயனுக்குச் செய்தி சொல்ல வேண்டாமோ?'

தடுமாற்றமும் குழப்பமுமாக "அவங்க காலமாயிட்டாங்களாம்" என்றாள்.

"தெரியும்" என்றார் கார்த்திகேயன்.

"அவங்க யாருன்னு தெரியுமா?" என்றாள் ஏதோ ஞாபகத்தில்.

"தெரியும். தினகரன் ஐயாவைத்தானே சொல்றீங்க?"

"ஆ, ஆமாம்" என்று அவள் சுயநினைவு வந்தவளாய் ஆயாசத்துடன் கண்ணை மூடிக் கொண்டாள்.

எல்லாருடைய பார்வையும் அவள்மேல் பதிந்திருந்ததை அவள் உணர்ந்தாள்.

"அவங்களுக்கு என்னவெல்லாமோ உடம்பு உபாதை. வயசும் ஆச்சு. அவங்க இறந்து போனது உங்களை ஏன் இத்தனை பாதிக்குது?" என்றார் கார்த்திகேயன் யோசனையுடன்.

சரோஜினி உஷாரானாள்.

"தெரிஞ்சவங்க போயிட்டாங்கன்னா கொஞ்சம் வருத்தம் இருக்கத்தான் இருக்கும்."

"அவங்களோட நமக்குத் தொடர்புகூட இல்லே..."

சரோஜினி பதில் சொல்லாமல் இருந்தாள். மனசில் இருந்த குழப்பத்தில் ஏதாவது உளறி வைப்போமோ என்று கலக்கமேற்பட்டது.

"நீங்க உடம்பைக் கெடுத்துக்கற அளவுக்குக் கலங்கிப்போக வேண்டிய சமாச்சாரமில்லே இது."

கார்த்திகேயன் குரலில் ஒரு கடுமை இருந்தது போல் தோன்றிற்று. அவளையறியாமல் கண்களில் நீர் நிறைந்து, பக்கவாட்டில் உருண்டு செவிகளை நனைத்தது.

அருணா பதற்றத்துடன் அவள் அருகில் அமர்ந்து கண்களைத் துடைத்தாள்.

"என்னப்பா நீங்க!" என்று கடிந்து கொண்டாள். "ஒருத்தர் சாவுக்கு இத்தனைதான் வருத்தப்படணும்னெல்லாம் லிமிட் போட முடியுமா? பாட்டியோட காலத்தைச் சேர்ந்தவங்க அந்தத் தாத்தா. அவங்களுக்காகக் கொஞ்சம் பாட்டி வருத்தப்பட்டா என்ன தப்பு?"

"தப்புன்னு சொல்லலல்லே, அம்மா உடம்பைப் பத்திதான் யோசனை" என்று தயங்கியபடி கார்த்திகேயன் நின்றார். "அவங்க எத்தனை நெருக்கமானவங்கன்னு எனக்குத் தெரியாது."

"எங்கம்மா சொல்லுவாங்க, முன்ன அந்த ஐயா நம்ம வீட்டுக்கு ரொம்ப வேண்டியவங்கன்னு. பெரியய்யாவும் அவங்களும் அண்ணன் தம்பி போலத்தான் இருப்பாங்களாம். உள்ளூராயிருந்தா சாவுக்கே போயிருக்கணும். பெரியம்மாவுக்குத் திருப்தியாயிருக்கும்" என்றான் முருகையன்.

சற்றநேர யோசனைக்குப் பிறகு, "இப்பக்கூடப் போகலாமே" என்றார் கார்த்திகேயன் எதிர்பாராமல். "இங்கிருந்து முப்பது மைல்லேதான் ஒரு கிராமத்தில் இருக்கிறதா சொன்னாங்க, விலாசம் இருக்கு."

"போலாம்மா?" என்றாள் அருணா.

"எதுக்கிப்ப?" என்று நளினி இழுக்கையில்,

"அதனாலே என்ன போயிட்டு வரது! அவங்களுக்கு ஏதாவது உதவி தேவைப்பட்டாலும் செஞ்சுட்டு வரலாம்" என்றார் கார்த்திகேயன்.

சரோஜினிக்குச் சில விநாடிகள் திகைப்பாக இருந்தது. கார்த்திகேயனுக்குக் கிளம்பத் தோன்றும் என்று அவள் நிச்சயம் எதிர்பார்க்கவில்லை. அலைஅலையாக உணர்ச்சிகள் பொங்கிப்பொங்கி நெஞ்சை அடைத்தன.

"என்னம்மா சொல்றீங்க?" என்றார் கார்த்திகேயன்.

"உன் சௌகரியம் அப்பா. போயிட்டு வரது மரியாதைதான்" என்றாள் புதிய தெம்புடன்.

கார்த்திகேயன் அவள் அருகில் வந்து அவளுடைய மெலிந்த கைகளைப் பற்றினார்.

"நம்மளால முடிஞ்ச பிராயச்சித்தம் செய்வோம்" என்றார் மிருதுவாக.

சரோஜினி திகைப்புடன் அவரைப் பார்த்தாள்.

"எதுக்குப் பிராயச்சித்தம்?"

"அப்பா அவங்ககிட்ட காண்பிச்ச விரோதத்துக்கு..."

அவள் தலையைக் குனிந்து கொண்டாள்.

"அதுவும் சரிதான்" என்றாள். மெள்ள அருணாவின் பார்வை அவள்மேல் பதிந்திருந்தது.

"நானும் முருகையனும் போயி சாயங்காலத்துக்குள்ளே வந்துடறோம். வேற யாரும் வரவேண்டியதில்லே."

நளினிக்கு அவ்வளவாக சம்மதமில்லை என்பதை சரோஜினி கவனித்தாள். கார்த்திகேயனாகப் போகத் தீர்மானித்திருக்கும்போது தான் தலையிட வேண்டியது அவசியமில்லை என்று பேசாமல் இருந்தாள்.

கார்த்திகேயனைத் தொடர்ந்து சென்ற நளினி,

"என்னங்க, நீங்க இப்ப எதுக்குப் போகணும்?" என்று மெள்ளக் கேட்பது காதில் விழுந்தது.

"என்னமோ போயிட்டு வரலாமேன்னு தோணுது, போறேன். இதிலே ஒண்ணும் நஷ்டமில்லே. போனா அம்மாவுக்குத் திருப்தியாயிருக்கும்."

"அவங்க ஒண்ணுமே வாயைத் திறந்து சொல்லல்லே."

"அதனாலேதான் போயிட்டு வரணும்!"

அருணா சரோஜினியைப் பார்த்து லேசாகப் புன்னகைத்தாள்.

சரோஜினி படுக்கையில் நிமிர்ந்து உட்கார்ந்தாள். திடீரென்று மனசு லேசாகப் போய்விட்டாற்போல் இருந்தது.

இயற்கை தன்னைப் போலவே நிலைமையைச் சமாளிப்பது போலத் தோன்றிற்று.

அவள் அருணாவின் கையைப் பற்றி, "இதப்பார், எனக்காக வீணா உட்கார்ந்து சங்கடப்படாதே. நீயும் போகல்லேன்னா மல்லிகா வருத்தப்படுவா, நீ போயிட்டு வா" என்றாள்.

"இல்லே பாட்டி நா போகல்லே."

"போயிட்டு வா... நா கொஞ்சம் தனியா இருக்கணும்."

"அப்ப சரி" என்று அருணா எழுந்தாள். கார்த்திகேயனும் முருகையனும் கிளம்பிப் போனதும் நளினி உள்ளே வந்து சாப்பிடக் கூப்பிட்டாள்.

"எனக்கு இன்னிக்கு சாப்பாடு வேண்டாம். வயிறு என்னவோ மாதிரி இருக்கு" என்றாள் சரோஜினி. நளினி வற்புறுத்தாமல் சற்று தயங்கி நின்றாள்.

"அம்மா... உடம்புக்கு மத்தபடி ஒண்ணுமில்லையே? வித்தியாசமா இருந்தா சொல்லுங்க. டாக்டரைக் கூப்பிடறேன்."

"அதெல்லாம் வேண்டாம்மா உடம்புக்கு ஒண்ணுமில்லே. இந்த ஐயா உண்மையிலேயே ரொம்ப வேண்டியவங்களா இருந்தாங்க. தங்கமான குணம். ஏதோ போறாத வேளையில் உங்க மாமனாருக்கு அவர்மேல் விரோதம் ஏற்பட்டுப் போச்சு, தனக்கிருந்த செல்வாக்கினாலே அவங்க குடும்பத்தைக் கிட்டத்தட்ட நாசமாக்கிட்டாங்க. அந்த ஐயா வாயே திறக்காம மாகாணத்தைவிட்டே போயிட்டாங்க..."

நளினி சற்று நெகிழ்ந்து நின்றாள். "அதையெல்லாம் மறந்து நம்மைப் பார்க்க ஆசைப்பட்டது ஆச்சரியந்தான், இல்லே?"

சரோஜினி பதில் சொல்லாமல் தலையைக் குனிந்து கொண்டாள்.

"எனக்குள்ளே ரொம்ப வருஷமா ஒரு குத்த உணர்வு இருந்துட்டு வருது. உங்க மாமனார் செஞ்ச காரியத்தாலே. அதனாலேதான் இன்னிக்குக் கொஞ்சம் செய்தி கேட்ட உடனே தடுமாற்றமா போச்சு."

"அப்ப இவங்க கிளம்பிப் போனது சரிதான். முன்னயே தெரியாமப் போச்சு, அவங்க இருக்கிற இடம் தெரிஞ்சிருந்தா போக்குவரத்து வெச்சிக்கிட்டிருந்திருக்கலாம்."

சரோஜினி மிருதுவாக அவளைப் பார்த்தாள். 'போலி வேஷம் போட்டுக் கொண்டு தான் உட்கார்ந்திருப்பது எத்தனை கௌரவத்தைக் கொடுக்கிறது' என்று நினைத்துச் சிரிப்பு வந்தது.

"நீங்க ரெஸ்ட் எடுத்துக்குங்க. சித்தப் பொறுத்து பழரசம் கொண்டு வந்து தரேன். அருணா என்ன செய்யப் போறான்னு பார்க்கிறேன்."

"அவ மல்லிகா வீட்டுக்குப் போகட்டும். அப்புறம் நளினி, அருணாவைப் பத்திக் கவலைப்படாதே. சங்கருக்கும் அவளுக்கும் நடுவிலே சிநேகிதம் உண்டு. ஆனா நீ நினைக்கிற மாதிரி இல்லே. அப்படி நினைக்கிறது ரொம்பப் பழங்கால நினைப்பு, இப்பல்லாம் படிச்ச பெண்களுக்கு அருணாவைப் போல இருக்கிற சூட்டிகையான பெண்களுக்குப் பல விஷயங்கள்ளே நாட்டம் இருக்கு. என் காலம் உன்னுடைய காலம் மாதிரி ஆண் துணை ஒண்ணுதான் முக்கியம்ங்கற அவசியமில்லே. மத்த வெளி விவகாரங்கள் அதிக முக்கியமாப் போயிடுது. இப்பப்பாரு அமெரிக்காவிற்குப் படிக்கப்போறதுக்கு எத்தனை உற்சாகமா இருக்கா! அவ வாழ்க்கையை நேர்மையா நடத்துவா, கவலைப்படாதே. விவாகரத்து ஆனது அவ விஷயத்தைப் பொறுத்தவரை ஒண்ணும் தலைகுனியற விஷயமில்லே. அவளுடைய வாழ்க்கையிலே போலித்தனம் இல்லேன்னு அர்த்தம், அவளே பிறகு தனக்குப் பிடிச்சவனைக் கல்யாணம் செய்துக்குவா, நேர்மையா நம்பிக்கை வை."

வாயை மூடிக்கொண்டு கேட்டுக் கொண்டிருந்த நளினியின் முகத்தில் இளக்கம் கண்டது.

"நீங்க சொல்றது சரிதான்னு எனக்கும் காலையிலேர்ந்து தோணுது" என்றாள்.

அருணா அமெரிக்கா கிளம்பிபோவது இவளுக்கு அமைதியைத் தரும் என்ற நினைவு மெல்லிய அனுதாபத்தை சரோஜினிக்கு ஏற்படுத்தியதற்கு, மாலை இருள் விரிந்துவிட்டது.

"இன்னுமா அவங்க திரும்பி வரல்லே?" என்றபடி அருணா, மல்லிகா சங்கர் வீட்டிலிருந்து திரும்பியதும் சரோஜினியுடன் வெளி வராந்தாவில் உட்கார்ந்து கொண்டாள்.

"பாட்டி ஒண்ணுமே சாப்பிடல்லே" என்றபடி நளினி வந்தமர்ந்தாள்.

ஏழரை மணி ஆகிவிட்டது கார்த்திகேயனும் முருகையனும் வந்து சேர.

தோட்டத்துக் குழாயில் இருவரும் காலைக் கழுவிக்கொண்டு சரோஜினியை நோக்கி வந்தார்கள்.

"என்ன இவ்வளவு நேரம்?" என்ற நளினியின் கேள்விக்குக் கார்த்திகேயன் சரோஜினியைப் பார்த்து லேசாகப் புன்னகைத்தபடி சொன்னார்.

"அவங்களுடைய பேரப்பிள்ளை சமயம் பார்த்து மரத்திலேர்ந்து கீழே விழுந்து கையை ஒடிச்சிக்கிட்டான். மாப்பிள்ளை அவனைத் தூக்கிட்டு ஆஸ்பத்திரிக்கு ஓடினாரு. கொள்ளி வைக்க யாரும் ஆம்பிள்ளையே இல்லே. நா வைக்கிறேன்னு வெச்சேன்."

தூக்கிவாரிப் போட்டவளாய் சரோஜினி அவரைப் பார்த்தாள். மனதிற்குள் பிரவாகமாய் ஏதோ பொங்கி நெஞ்சை அடைத்தது, கண்களில் வந்து முட்டிற்று.

"செஞ்சது சரிதானேம்மா?"

சரோஜினி அவருடைய கைகளைப் பற்றினாள்.

"ரொம்ப சரியான காரியம்பா" என்றாள் நெகிழ்ச்சியுடன்.

அருணா அவளுடைய தோள்மேல் கைகளை வைத்து அழுத்தினாள். அந்த அழுத்தலில் ஒரு இங்கிதமும் ஏதோ ஒரு பிரக்ஞையின் செய்தியும் தெரிந்தன.

சரோஜினி சட்டென்று தனது மனக் கதவுகளை இழுத்து மூடினாள்.

முற்றும்